John Bunyan (1628–1688)
Ci gaban Mahajjata, Cikakkiyar Rayuwa

Tafiya Cikin Kuntataccen Hanya A Cikin Duniya Mai Hankali Da Damuwa

Wasiku Masu Rai - Jerin Ibada na Kwanaki 40 | Littafi na 4

Ta hanyar

John Bunyan Zakariya GodseagleAmb. MO OgbeC. Ladi Ogbe

Teburin Abubuwan da ke Ciki

HAKKIN HAKKIN MALLAKA © SHAFI

John Bunyan (1628–1688)
Ci gaban Mahajjata, Cikakkiyar Rayuwa
Tafiya Cikin Kuntataccen Hanya A Cikin Duniya Mai Hankali Da Damuwa
Wasiku Masu Rai - Jerin Ibada na Kwanaki 40 | Littafi na 4

MARUBUTA
John Bunyan
Zacharias Godseagle
Ambassador Monday O. Ogbe
Comfort Ladi Ogbe

MAI BUGA
Zacharias Godseagle da Godseagle Ministries
An buga ta: **Zacharias Godseagle**
Tuntuɓi - https://www.otakada.org
ambassador@otakada.org
Waya/Sakon SMS +13024922440;
Whatsapp +2348032835348

SANARWA

Wannan littafin tushen ibada ne da almajiranci. Duk da cewa ya samo asali ne daga rubuce-rubucen tarihi, THE LIFE OF JOHN BUNYAN, da GRACE ABOFUNDING TO THE CHIEF OF MINNERS da The Pilgrim's Progress na John Bunyan, ba a yi nufinsa a matsayin bugu na ilimi mai mahimmanci ko madadin littattafan tauhidi na farko ba. Ana amfani da ambaton nassosi don dalilai na ibada da koyarwa. Ana gabatar da fassarori da aikace-aikace ta hanyar addu'a da kuma ta hanyar pastoci.

SANARWA TA NASSI

Sai dai idan an nuna akasin haka, an ɗauko ambato daga fassarar Turanci da aka saba amfani da ita. An ƙara jaddadawa a wurare don fayyace da kuma mai da hankali kan ibada.

BAYANIN BUGA

Bugun Farko na Amurka

GAME DA WANNAN LITTAFIN

Ci gaban Mahajjaci Ya Nuna Tafiya — Wannan Littafin Yana Taimaka Maka Ka Yi Tafiya

Tsawon sama da ƙarni uku, rubuce-rubucen John Bunyan sun fuskanci masu karatu da gaskiya wadda ba za a iya sassauta ta ba:
Rayuwar Kirista ba wai kawai ana fahimtarta ba ne.
Dole ne a yi tafiya da ita.
Daga *Ci gaban Mahajjaci* zuwa *Alheri Mai Yawa zuwa Shugaban Masu Zunubi* , Bunyan bai rubuta daga ka'ida ba. Ya rubuta daga rikici, imani, da kuma rayuwa wadda ba za ta sake canzawa ba. Kalmominsa sun dawwama saboda ba su bayyana ra'ayi ba - amma abin da ya faru.
Wannan littafin ya fara ne daga nan.

DALILIN DA YA SA WANNAN LITTAFIN YA KASANCE

Mutane da yawa sun karanta Bunyan.
Mutane da yawa sun ji dadinsa. Amma kadan ne suka rayu abin da ya bayyana.
Wasu suna ganin harshensa yana da nisa.
Wasu kuma suna ganin zurfin yana da ban mamaki. Mutane da yawa suna gane gaskiya—amma suna tsayawa a gane ta.
Wannan littafin ya rufe wannan gibin.
Yana cire sakon Bunyan daga tatsuniya da tarihin rayuwarsa , sannan ya kawo shi cikin rayuwar yau da kullum—mataki-mataki, shawara bayan shawara.

ME YA SA WANNAN LITTAFIN YA BAMBANCE

Wannan ba haka bane:
Takaitaccen bayani
Sharhi
Sake yin wani abu mai sauki
Wannan **tafiya ce ta tsari mai jagora** .
An gina a kan:
Ci gaban Mahajjaci (tafiya ta waje)
Alheri Mai Yawa (gwagwarmayar ciki)
Wannan littafin ya hada duka biyun zuwa hanya daya ta rayuwa—wanda aka fassara zuwa harshen zamani, matsin lamba na zamani, da kuma abubuwan da ke batar da hankali na zamani.
Kowace babi tana nutsar da kai cikin muryar Bunyan—ba kamar yadda tarihi ya lura ba, amma yayin da rayuwa ta shiga.
Kowace rana tana fadada wannan tafiya zuwa taku.

ABIN DA ZA KA FUSKANTA

Wannan ba bayani ba ne.
Tsarin halitta ne da ke motsi.
Cikin kwanaki 40, za ku bi ta hanyar da aka tsara:
Farkawa → Rabuwa → Rikici → Tsari → Juriya
An tsara kowace rana don motsa ku daga wayar da kan jama'a zuwa aiki ta hanyar:

Muryar Bunyan
Fafutukarsa, tsoro, juriya, da kuma haske—ba tare da wani ɓoyayyen abu ba kuma nan take
Gaskiyar Ka
Inda Yanke Hukunci, Jinkiri, Shagala, da Biyayya Suka Haɗu
Daidaito Mai Amfani
Ba ra'ayoyin da za a yaba ba - amma ayyukan da za a ɗauka
Tafiya Mai Ci Gaba
Ba wai tunani bazuwar ba—amma hanya ce mai tsari wadda ke ginawa
Tambayoyin ba za su bar ka ka yi nisa ba.
Ayyukan ba za su bar ka ka ci gaba da canzawa ba.

DOMIN WANENE WANNAN LITTAFIN YAKE

Wannan littafin ga waɗanda suka san wani abu bai ƙare ba.
Yana don:
Waɗanda ke jin tashin hankali tsakanin imani da biyayya
Kiristoci sun gaji da ibada mai ratsa zuciya kuma a shirye suke don daidaito na gaske
Masu karatu waɗanda suka fahimci gaskiya—amma suka jinkirta amsawa
Waɗanda ke tafiya a kan abubuwan da ke raba hankali, matsi, da rashin daidaito
Duk wanda ya taɓa tunanin:
"Na san wannan gaskiya ne... amma ba na rayuwa da shi."
Wannan ba don karatu na yau da kullun ba ne.
Ga waɗanda ke son yin tafiya ne.

ABIN DA ZA KA SAMU

A cikin wannan tafiya, za ku sami:
Tsabtace - Ganin yanayin ku ba tare da gujewa ba
Yanke Shawara — Gane inda jinkiri ya maye gurbin biyayya
Hanyar - Fahimtar abin da ya kamata ya canza - da kuma yadda

Horarwa - Samar da tsare-tsare da za su ci gaba da kawo sauyi
Juriya - Koyon ci gaba lokacin da ci gaba ya ji jinkiri
A ƙarshe, ba za ka fahimci Bunyan sosai ba.
Za ka ga kanka a sarari—kuma za ka kasance a matsayin da za ka rayu ta wata hanya daban.

ABIN DA MASU KARATU MASU HORARWA SUKE FADAWA

Masu karatu da shugabanni na farko sun bayyana wannan aikin a matsayin fiye da ibada:

"Ba ya barin ka sha'awar tafiyar - yana sanya ka cikin ciki."
"Wannan karatu ba shi da daɗi - kuma shi ya sa yake aiki."
"Na yi tsammanin wahayi. Na gamu da tsari."
"Ya fallasa abubuwan da na jinkirta tsawon shekaru."
"Bunyan ya zama gaskiya—haka kuma yanayina ya zama gaskiya."
"Wannan almajiri ne, ba karatun ibada ba."

KALMA TA KARSHE

Bunyan ya bayyana hanyar.
Amma ganin hanyar ba iri ɗaya ba ce da tafiya da ita.
Wannan littafin gayyatarku ce ta motsawa:
Daga wayar da kan jama'a → zuwa shawara Daga imani → zuwa biyayyaDaga karatu → zuwa zama
Ba a tambayarka ka yaba da tafiyar ba.
Ana buƙatar ka shigar da shi.
Domin ba a gano kunkuntar hanya a ka'ida ba -
an bayyana ta mataki ɗaya na biyayya a lokaci guda.
Sallama!

Zakariyya Godseagle; Amb MO Ogbe; C. Ladi Ogbe
Ayyukan Mishan na Allah na Eagle
https://www.otakada.org
ambassador@otakada.org

BLURB NA BAYAN MURFIN

Ci gaban Mahajjaci ya nuna tafiyar. Wannan littafin yana taimaka maka ka yi tafiya da ita.

Tsawon shekaru sama da 300, Littafin Mai Ci Gaban Mahajjata ya bayyana hanyar rayuwar Kirista—nauyinta, yaƙe-yaƙe, abubuwan da ke ɗauke da hankali, da kuma inda za a kai ƙarshenta.

Amma mutane da yawa sun karanta shi...
kuma kaɗan ne suka rayu da shi.

Tafiya a Kan Hanya Mai Kunci a Duniya Mai Hankali da Damuwa

Tafiya ce ta ibada ta kwanaki 40 da aka tsara don motsa ka daga wayewa zuwa aiki.

Daga littafin *"The Pilgrim's Ci gaba"* da "Alheri Mai Girma" zuwa ga "Shugaban Masu Zunubi", wannan littafin ya kawo saƙon John Bunyan cikin rayuwar zamani—yana fassara gaskiya marar iyaka zuwa biyayya ta yau da kullun.

Kowace rana tana jagorantar ku ta hanyar:
Gaskiyar yanayin da kake ciki
Damuwa tsakanin gaskiya da jinkiri
Kudin biyayya ta gaske
Tsarin Canji
Juriyar da ake buƙata don kammalawa
Wannan ba littafi bane da za a yaba.
Hanya ce ta tafiya.
Idan ka taɓa jin:
nauyin yakinin

jan hankali
gwagwarmayar rayuwa abin da ka yi imani da shi
to wannan tafiyar taku ce.
Ba wai kawai don fahimtar hanyar ba—
amma don yin tafiya da ita.

SHARHIN MAI KARATU NA GABA

1. Fasto / Shugaban Coci

"Wannan ba ibada ba ce da ƙa sanya—wadda ƙaƙe bibiya a hanƙali. Tana fusƙantar, bayyana, ƙuma tana ƙiran mutane fiye da Kiristanci marasa aiƙi su yi biyayya. Zan yi amfani da wannan tare da ƙungiyar shugabanninmu."

2. Matasan Babba (Neman Imani)

"Na ƙaranta littafin The Pilgrim's Progress a baya, amma wannan shine ƙaro na farƙo da na ji ƙamar yana magana ƙai tsaye a rayuwata. Bai bayyana abubuwa ƙawai ba - ya fallasa abubuwa. Kuma haƙan ya canza yadda naƙe ganin tafiyata tare da Allah."

3. Shugaban Kungiyar Almajirai

"Wannan yana ɗaya daga ciƙin ƙayan aiƙin almajirantarwa mafi inganci da na gani. Ba ya gaggawar sauyi - yana buƙatar sa. Kowace rana tana ginawa, ƙuma babu abin da ƙe jin ba dole ba ne."

4. Ɗalibin Tauhidi

"Abin da ya fi burge ni shi ne tsarin rubutun. Yana ɗauƙar nauyin Bunyan ba tare da ƙwaiƙwayonsa ba, ƙuma yana amfani da fahimtarsa ba tare da yin amfani da shi ba. Wannan adabin tsari ne, ba ciƙa ibada ba."

5. Kwararren Mai Aiki

"Ban yi tsammanin wani abu mai ɗan gajeren loƙaci a ƙowace rana zai ƙawo ciƙas haƙa ba - ta hanya mai ƙyau.

Ba ya wuce gona da iri, amma yana ƙin barin ka ji daɗi. Wannan abu ne mai wuya."

6. Mumini Mai Girma (Shekaru 20+ a cikin imani)
"Na yi tunanin na wuce irin imanin da wannan littafin ya kawo. Na yi kuskure. Yana kawar da sabani kuma yana dawo da kai ga hanya mai kunkuntar ta hanyar da ta dace kuma ta zama dole."

7. Sabon Mumini
"Wasu sassa sun yi tsauri, amma ba su da rikitarwa. Ya sa na fahimci da wuri cewa bin Kristi ba abu ne na yau da kullun ba - kuma hakan ya taimaka mini in ɗauki bangaskiyata da muhimmanci tun daga farko."

8. Mai Horar da Ma'aikata a Ma'aikatar / Shugaban da ke Tasowa
"Wannan littafin ya fallasa fannoni da ban sani ba suna tsara shugabanci na - musamman game da iko, gani, da biyayya. Yana samar da mutum a gaban dandamali."

9. Mai Ba da Shawara/Jagora na Kirista
"Wannan yana ɗaya daga cikin mafi kyawun albarkatun da na gani wanda ke haɗa yanayin ciki da biyayya ta waje. Ba ya ƙoƙarin gyara mutane - yana sanya su su canza."

10. Mai Karatu Mai Shakku / Komawa ga Imani
"Ban yi tsammanin zan ci gaba da tafiya ba bayan 'yan kwanakin farko - amma na yi. Ba don yana da sauƙi ba, amma saboda yana jin gaskiya. Ba ya sarrafa motsin rai - yana fuskantar gaskiya."

11. Karamin Mai Halartar Rukuni

"Tsarin rukuni yana aiki da kyau. Tambayoyin ba sa haifar da tattaunawa - suna haifar da tunani. Kuma hakan yana canza irin tattaunawar da muka yi gaba daya."

12. Shugaban Kasuwa / Babban Jami'i

"Wannan littafin ya fassara gaskiya ta ruhaniya zuwa rayuwa mai ladabi. Ya kawar da rabuwar da nake da ita tsakanin imani da aiki. Wannan kadai ya sa ya cancanci tafiya."

KALMOMI MAI MUHIMMANCI

Tafiya ta ibada ta Kirista ta kwanaki 40;
Jagorar ibada ta ci gaban mahajjaci;
Littafin ci gaban ruhaniya na John Bunyan;
almajiranci da canji na Kirista;
Tafiya cikin kunkuntar hanya rayuwar Kirista;
Biyayya da kuma yin ibada ta Kirista a kowace rana;
Tsarin ruhaniya na ibada ga manya;
Tafiya ta Kirista, bangaskiyar jarrabawa kai;
Kawar da zunubi da kuma janye hankali littafin Kirista;
Zurfin ibadar Kirista don ci gaba;

KATIN RUKUNI

ADDINI / Rayuwar Kirista / Ci gaban Ruhaniya
ADDINI / Rayuwar Kirista / Ibada
ADDINI / Rayuwar Kirista / Almajiranci
Tarihin Rayuwa & Tarihin Rayuwa / Addini
ADDINI / Kiristanci / Adabi & Fasaha

SADAUKARWA

Ga Waɗanda Suka Ki Juyawa

An sadaukar da wannan littafin ga waɗanda suka ga isassun bayanai don su san cewa ba za su iya ci gaba da zama a inda suke ba.
Ga waɗanda ke da natsuwa da sanin cewa dole ne wani abu ya canza, koda kuwa ba za su iya bayyana shi ba tukuna.
Ga waɗanda suka fara tafiyar—marasa tabbas, ajizi, amma ba sa son yin watsi da abin da aka bayyana.
Ga waɗanda suka fuskanci ƙalubale, suka jure wa rikici na ciki, kuma suka zaɓi su ci gaba da rayuwa bayan sun koma baya sun ji daɗi.

Ga waɗanda ke koyon cewa bangaskiya ba ta dogara ga ji ba, amma ta hanyar shawara.
Ga waɗanda ke dawwama—ba don hanyar tana da sauƙi ba, amma saboda sun zaɓi kada su bar ta.
Ga waɗanda suka ji nauyin ci gaba, amma duk da haka suka ci gaba.
Kuma ga waɗanda ba su riga sun gane shi ba, amma waɗanda rayuwarsu ake rubutawa—a hankali, a hankali—a matsayin shaidu masu rai na abin da gaskiya ke yi lokacin da ba kawai aka fahimce ta ba, amma aka yi mata biyayya.
Kada wannan tafiya ta ci gaba da kasancewa cikin waɗannan shafuka.
Bari ya zama tushen rayuwa.
Kuma Allah ya sa ka zama, a kan lokaci, shaida mai haske da za a iya karantawa
game da hanyar da ka zaɓa ka bi.

GODIYA

Domin Aikin da ake gani—da kuma Aikin da ba a gani ba

Wannan littafin yana wanzuwa ne saboda gaskiya ba ta takaita ga shafuka ba—ana ɗaukarta, ana kokawa da ita, ana rayuwa, kuma ana yaɗa ta ta hanyar rayuwar da ta zaɓi ta amsa.

Da farko, mun amince da shaidar **John Bunyan mai ɗorewa** , wanda rayuwarsa da rubuce-rubucensa suka ci gaba da magana cikin haske a tsawon tsararraki. Gaskiyarsa, zurfinsa, da kuma jajircewarsa ga gaskiya ba wai kawai sun tsara tunanin Kirista ba, har ma sun samar da hanyar da ta kasance mai mahimmanci a kowane zamani. Abin da ya rayu da kuma rubutawa yana ci gaba da shiryar da waɗanda ke son tafiya cikin kunkuntar hanya da gaskiya.

Muna godiya ga masu bi marasa adadi—wanda aka sani da wanda ba a sani ba—wadanda rayuwarsu ta nuna irin wannan tafiya a hankali. Waɗanda suka yi tafiya cikin aminci ba tare da an san su ba, suka jure ba tare da an yi musu tafi ba, kuma suka ci gaba da kasancewa cikin daidaito lokacin da babu wanda ke kallo. Rayuwarsu wani ɓangare ne na shaidar da wannan littafin ke son nunawa.
Muna godiya ga waɗanda suka karanta ba don samun bayanai ba, amma don sauyi. Waɗanda suka kusanci wannan tafiya da gaskiya, suka bar gaskiya ta fuskanci, ta siffanta ta, ta kuma gyara ta. Ba tare da irin waɗannan masu karatu ba, wannan littafin zai kasance ba cikakke ba—domin ba a rubuta shi ba, amma a rayuwa.
Muna kuma yaba da aikin da ba a gani ba da ke faruwa a cikin kowane mai karatu—shawarwari masu natsuwa, canje-canje na ciki, lokutan juriya, mika wuya, da daidaitawa waɗanda babu wanda zai iya lura da su. Waɗannan ba ƙananan abubuwa ba ne. Su ne ainihin abin da ke haifar da canji.

A ƙarshe, mun yarda cewa wannan tafiya ba ta dogara ga ƙoƙarin ɗan adam kaɗai ba ce. Abin da ya fara daga wayar da kan jama'a ana ci gaba da shi ta hanyar alheri, ana ƙarfafa shi ta hanyar juriya, kuma ana kammala shi ta hanyar son ci gaba. Allah ya sa abin da aka rubuta a nan ya ci gaba fiye da waɗannan shafukan.

Kuma kowace rayuwa da ta shiga wannan tafiya, a kan lokaci, ta zama

bayyananne da aminci game da abin da gaskiya ke yi idan aka rayu da ita.

GABATARWA

Idan Labari Ya Zama Madubi

Ba a taɓa samun ci gaba da imani da ra'ayoyi kaɗai ba.
An yi ta rayuwa.
Tun daga farkon shafukan Littafi Mai Tsarki har zuwa yau, Allah ya bayyana kansa ba kawai ta hanyar abin da aka rubuta ba, har ma ta hanyar abin da ake rayuwa. Gaskiya tana bayyana ta cikin kalmomi, amma tana tabbata a cikin rayuwar da ta zaɓi ta yi daidai da ita. Littafi Mai Tsarki yana magana; rayuwa tana fassara. Koyarwa tana bayyana; biyayya tana nuna.
Wannan shine dalilin da ya sa labarai irin na **John Bunyan** ke ci gaba da wanzuwa.
Ba wai don suna da nisa ko tarihi ba, amma saboda har yanzu ana **iya gane su** .
Rayuwar Bunyan ba ta bayyana ta hanyar sauƙi, bayyananne, ko ci gaba ba tare da katsewa ba. An yi ta ne da rikici na ciki, gwagwarmaya mai tsawo, juriya, jinkiri, amincewa, mika wuya, da juriya. Bai gabatar da wani ingantaccen sigar imani ba. Ya fallasa tsarin hakan—da gaskiya, da zafi, kuma ba tare da ɓoye sirri ba.
Kuma ta yin haka, ya ba Cocin wani abu fiye da littafi.
Ya yi masa **madubi** .
Ci gaban Mahajjaci ba kawai misali ba ne da za a yaba masa. Yana nuna ruhin ɗan adam da ke ƙarƙashin tabbacinsa, taswirar tashin hankalin da ke tasowa lokacin da gaskiya ta zama ta mutum, kuma jagora ga waɗanda ke son tafiya—ba daidai ba, amma dagewa.
Wannan kundin wani ɓangare ne na *Wasiƙu Masu Rai - Jerin Ibada na Kwanaki 40* , wanda aka gina akan imani mai sauƙi: Wannan almajiranci yana zurfafa lokacin da aka ga gaskiya tana motsi.
Ba a yi bayani daga nesa ba,
amma an rayu a ƙarƙashin matsin lamba.

Ba a yaba ba,
amma an yi biyayya.
Ba a rubuta wannan littafin don maye gurbin aikin Bunyan ba.
An rubuta shi ne don ya **kusanto da shi** .
Don ɗaukar abin da aka rubuta a wani lokaci kuma a bar shi ya yi magana kai tsaye game da halin yanzu—a fassara zurfinsa zuwa gogewa ta rayuwa, a jawo jigoginsa zuwa shawarwari na yau da kullun, da kuma jagorantar mai karatu ba kawai ta hanyar fahimta ba, har ma ta hanyar **shiga cikin al'amura** .
Domin kuwa tafiyar da Bunyan ya bayyana ba ta takaita ga rayuwarsa ba.
Yana ci gaba a kowace rayuwa da ta ci karo da gaskiya kuma dole ne ta yanke shawarar abin da za ta yi da ita.
An tsara wannan ibada a matsayin hanya ta kwana arba'in—ba don a kammala ta da sauri ba, amma don a yi tafiya da gangan. Kowace rana an tsara ta ne don ta haɗu da mai karatu da irin wannan tashin hankali, shawarwari, da tsare-tsare da suka tsara tafiyar Bunyan, da kuma sanya waɗannan abubuwan da suka shafi kansa.
Ba a ka'ida ba.
Ba a nesa ba.
Amma nan take.
Wannan ba kira bane na ƙarin karatu.
Kira ne na **amsawa** .
Ba a tambayarka ka yaba da hanyar ba.
Ana gayyatarka ka yi tafiya da shi.
Kuma yayin da kuke yi, wani abu zai bayyana:
Labarin bai tsaya a shafin ba.
Yana fara ɗaukar siffar
a cikinka.

GABATARWA

Inda Tafiya Ta Zama Ta Kanmu

Akwai lokacin da gaskiya ba ta da nisa a kowace rayuwa. Ba wani abu bane da za ka karanta game da shi, ka tattauna, ko ka yaba daga nesa mai aminci. Yana fara matsawa ciki—a hankali da farko, sannan da ƙarin haske—har sai abin da a da yake jin ba makawa ya fara zama abin da ba za a iya kauce masa ba. Ba koyaushe yake da ban mamaki ba. Ba koyaushe yake zuwa da tabbas ba. Amma yana ɗauke da nauyi wanda ba za a iya watsi da shi cikin sauƙi ba.

John Bunyan ya fahimci wannan lokacin sosai.

Kafin ya zama ɗaya daga cikin muryoyin da suka fi tasiri a tarihin Kiristanci, mutum ne mai matuƙar rashin kwanciyar hankali a cikin kansa. Bai nuna damuwa ba. Bai san komai ba. A gaskiya ma, ya san halin da yake ciki sosai. Tunaninsa ya koma ciki, lamirinsa ya yi ƙarfi, kuma jin nauyin da ke kansa a gaban Allah ya zama abin da ba zai yiwu a yi watsi da shi ba. Bai isa ga imani cikin sauƙi ba, kuma bai ci gaba da sauri ba. Ya daɗe. Ya yi kokawa. Ya jinkirta. Duk da haka, bai iya guje wa fahimtar da ke ƙaruwa cewa wani abu a cikinsa yana buƙatar amsa ba.

Nan ne labarinsa ya zama namu.

Domin gwagwarmayar da Bunyan ya bayyana ba ta takaita ga lokacinsa ba. Ba ta daure da harshe, al'ada, ko tsara ba. Wannan ita ce irin wannan tashin hankali da ke faruwa a cikin mai karatu na zamani—sanin gaskiya ba tare da motsin rayuwa mai dacewa ba. Shi ne fahimtar shiru cewa wani abu ya lalace, tare da juriya mai ƙarfi don canza shi. Wannan ita ce sarari tsakanin sani da aikatawa, tsakanin yakini da biyayya, tsakanin ganin hanyar da kuma taka ta a zahiri.

An rubuta wannan littafin ne don wannan wurin.

Ba ya ɗauka cewa mai karatu ba shi da ilimi. Yana ɗauka cewa wani abu mafi wahala ne—cewa mai karatu ya riga ya san fiye da yadda yake rayuwa. Yana gane cewa imani, a cikin kansa, ba shine ƙalubalen ba. Babban ƙalubalen shine daidaitawa. Canjawa daga yarjejeniya zuwa aiki. Daga niyya zuwa biyayya. Daga rayuwar da ta yarda da gaskiya zuwa wacce aka tsara ta. Rubuce-rubucen Bunyan sun bayyana wannan sauyi da wani abu mai ban mamaki.

A cikin *littafin Grace Abounding to the Chief of Zunubai* , ya bayyana duniyar ciki ta amincewa—tsoron, shakku, tambayoyi, da tunani marasa yankewa waɗanda ba sa iya daidaitawa. Ba labari ne mai kyau ba. Ba shi da tushe, gaskiya, kuma sau da yawa ba shi da daɗi. Bai nuna kansa a matsayin mai ƙarfi ba, amma yana da rikice-rikice. Ba shi da tabbas, amma kamar bincike. Kuma ta yin haka, yana ba da harshe ga gwagwarmaya ƙwarewa da yawa amma kaɗan ne suka bayyana.

A cikin *Ci gaban Mahajjaci* , wannan gwagwarmayar ciki tana bayyana. Abin da a da yake na ciki yana bayyana. Ba a ɓoye nauyin ba. Tafiya ta fara. Hanya ta bayyana. Matsaloli suna bayyana. Muryoyi suna kira—wasu don shiryar da su, wasu kuma don su janye hankali. Ana samun ci gaba, sannan a gwada. Ana samun haske, sannan a ƙalubalanci. Kuma ta cikin duka, gaskiya ɗaya ta kasance koyaushe: dole ne a yi tafiya da tafiyar.

Tare, waɗannan ayyuka biyu suna samar da cikakken hoto—ɗaya a ciki, ɗaya a waje. 'Daya yana bayyana yanayin zuciya, ɗayan kuma yana bayyana hanyar da dole ne a bi. Wannan littafin ya haɗa su wuri ɗaya, ba don sake bayyana su ba, amma don **ya gayyace ku cikin su** .

Domin kuwa wannan ba shine tafiyar Bunyan ba a ƙarshe. Naka ne.

Tsarin da za ku shiga yana da tsari da gangan. Ba ya gaggawar ku, amma ba ya barin ku ba tare da wani canji ba. A cikin kwanaki arba'in, za ku ci gaba ta matakai waɗanda ke nuna ci gaban da Bunyan da kansa ya samu: farkawa, rabuwa, rikici, tsari, da juriya. Waɗannan ba matakai ne na ka'ida ba. Su ne ainihin abubuwan da ke bayyana lokacin da gaskiya ta fara kama rayuwa.

Za ka iya gane kanka da sauri. Ko kuma ka ƙi abin da ka gani. Dukansu ɓangare ne na tsarin.
Abin da ya fi muhimmanci ba yadda za ka fara ba ne, amma ko kana son ci gaba.
Wannan littafin ba zai cika ku da bayanai ba. Ba zai yi ƙoƙarin warware kowace tambaya ko kawar da kowace damuwa ba. Madadin haka, zai yi wani abu mafi wahala—zai nemi ku amsa. Kowace rana za ta sanya wani abu a gabanku. Lokaci. Gaskiya. Tunani. Sannan, a hankali amma a bayyane, gayyata don yin aiki.
Ba a bainar jama'a ba. Ba a yi shi da kyau ba.
Amma da kaina.
Ba a buƙatar ka zama wani ba.
Ana buƙatar ka zama mai gaskiya.
Gaskiya game da inda kake.
Gaskiya game da abin da ka sani. Gaskiya game da abin da ka jinkirta.
Domin da zarar gaskiya ta fara, motsi zai yiwu.
Kuma da zarar motsi ya fara, tafiyar ba ta zama ta ka'ida ba. Ya zama gaskiya.
Babu wani matsin lamba don kammala wannan daidai. Babu tsammanin samun sauyi nan take. Amma akwai zato cewa idan ka ci gaba, wani abu zai fara canzawa—ba duka a lokaci guda ba, ba sosai ba, amma a hankali.
Haka ainihin tsari ke faruwa.
A hankali. A hankali. A hankali.
Har sai abin da aka taɓa ƙin amincewa da shi ya zama zaɓi.
Har sai abin da ya taɓa zama na sirri.
Har sai abin da aka taɓa karantawa ya zama rayuwa.
Ba ka nan a ƙarshen tafiyar ba.
Kana kan matakin da ba za a iya sake yin watsi da shi ba.
Kuma a nan ne komai ya fara.

KASHI NA 1 GABATARWA

Kafin Tafiya ta Fara

Samar da Rai Wanda Ba Zai Iya Samun Hutu Ba

Akwai wani nau'in rayuwar Kirista da ta bayyana a waje amma har yanzu ba a warware ta sosai a ciki ba. Ta san harshen imani, ta gane bambanci tsakanin abin da ke daidai da abin da ba daidai ba, har ma tana iya shiga cikin ayyukan addini, amma a ƙarƙashin duk wannan, wani abu yana ci gaba da rashin tabbas—a hankali, a ci gaba, kuma sau da yawa ba tare da wani bayani ba. Nan ne tafiyar ta fara da gaske, ba da haske ko kwarin gwiwa ba, amma da tashin hankali.

Kafin a ba da umarni, dole ne a fara jin wani abu ba daidai ba. Kafin mutum ya fara bin Kristi, dole ne ya fuskanci gaskiyar rashin jin daɗi cewa abin da yake riƙe da shi ba zai iya ɗaukarsa ba. Wannan shine wurin da **John Bunyan (1628-1688)** ya taɓa rayuwa - ba kamar mutum mai tabbas nan take ba, amma kamar wanda aka nuna shi da rashin natsuwa, saɓani, da kuma ƙara sanin cewa wani abu a cikinsa bai daidaita ba.

Bunyan bai rasa sani ba; bai rasa hutawa ba. Ya fuskanci zunubi amma yana damuwa da shi, ya san Allah amma bai sami zaman lafiya da Shi ba. Wannan bambanci yana da matuƙar muhimmanci, domin mutane da yawa a yau suna rayuwa cikin irin wannan tashin hankali: sun san isassun gaskiya don jin alhakinsu, amma ba su da isasshen mika wuya don jin 'yanci. Suna motsawa tsakanin amincewa da shagala, tsakanin ɗan gajeren muhimmanci da kuma gujewa na dogon lokaci, suna jin cewa wani abu ba daidai ba ne yayin da suke fatan zai iya warware kansa da lokaci. Amma ba haka ba ne.

A cikin gogewar Bunyan, sanin yakamata bai rage nauyin ba—ya ƙara ta'azzara shi. Tunani ya juya ciki, tambayoyi suka ƙaru, tsoro kuma ya ƙara bayyana. Ya fara fahimtar cewa matsalar ba wai kawai abin da ya yi ba ce, amma abin da yake faruwa ne. Nan ne labarinsa ya fara kwaikwayon ruhin zamani: ba lallai bane a cikin yanayi, amma a cikin tsari. Kara fahimtar rashin daidaituwa, rashin iya rufe wannan sani gaba ɗaya, da kuma fahimtar cewa rayuwa, kamar yadda take rayuwa a yanzu, ba ta isa ba.

Mutane da yawa suna mayar da martani ga wannan tashin hankali ta hanyar sarrafa shi maimakon magance shi. Suna ɗauke hankalinsu, suna jinkirta yanke shawara, kuma suna sassauta amincewa, suna ci gaba da aiki a waje yayin da suke cikin damuwa. Kashi na 1 ba ya gaggawar wuce wannan wuri; yana nan a cikinsa. Yana bincika abin da ke faruwa lokacin da wayewa ta ƙaru amma fahimta ba ta yi ba, lokacin da amincewa ta zurfafa amma alkibla ba ta bayyana ba, da kuma lokacin da mutum ya fara jin cewa canji ya zama dole amma bai san yadda zai ci gaba ba tukuna.

Kafin Bunyan ya taɓa rubuta littafin *"The Pilgrim's Progress"* , kafin ya fahimci yanayin hanyar da ke gaba, mutum ne da ke ƙoƙarin fahimtar abin da ke faruwa a cikinsa. Tafiyarsa ba ta fara da ƙarfi ba amma da fallasa. Yayin da kake tafiya cikin babi-babi masu zuwa, ka guji sha'awar yin nazari da sauri. Madadin haka, ka mai da hankali ga abin da ke cikinka - inda tashin hankali ke ci gaba, inda juriya ke ci gaba, inda aka yarda da tabbacin amma ba a yi aiki da shi ba.

Wannan sashe ba yana neman ka canza komai ba tukuna; yana neman ka lura. Domin tun kafin mutum ya bi kunkuntar hanya, dole ne ya fara gane cewa ba ya hutawa a inda yake tsaye. Har sai hakan ya bayyana, tafiyar ba za ta iya farawa ba.

Babi na 1 — Rai da Ba Zai Iya Zauna Ba

Rashin Natsuwa, Hayaniya, da Neman Wani Abu Fiye Da Haka

A farko, ban kasance mutum mai neman Allah da wata manufa mai ma'ana ba, kuma ban fahimci cewa rayuwata tana bukatar canji ba. Na rayu kamar yadda wasu ke rayuwa, na yi magana yayin da suke magana, kuma na ba da kaina ga abubuwan da ke kawo mini jin dadi da ra'ayi cikin 'yanci. Babu wani abu a waje a cikin ɗabi'ata da zai bambanta ni da rayuwar mutane ta yau da kullun, ko kuma wani abu a ciki, da farko, da ya tilasta mini in binciki kaina da mahimmanci. Duk da haka ko a wancan lokacin, lokacin da ban yi tunanin irin waɗannan abubuwa ba, ba a bar ni kaɗai ba.

Za a iya samun wani tsari a cikina, a wasu lokutan ba a yi la'akari da shi ba, wanda ba shi da ƙarfi sosai don ya dakatar da ni gaba ɗaya, amma ya isa ya dame ni bayan na yi yadda na ga dama. Zan iya ci gaba da tafiyata, kuma sau da yawa ina yin hakan ba tare da katsewa nan take ba, amma daga baya akwai wani abu da ba zan iya kawar da shi gaba ɗaya ba. Bai zo da ƙarfi iri ɗaya koyaushe ba, kuma bai zauna tare da ni daidai gwargwado ba, duk da haka yana dawowa sau da yawa har ba zan iya cewa ina cikin hutawa ba. Abin da na taba yi a da ya fara da sauƙi, kodayake a hankali, ya biyo ni da nauyin da ban taba sani ba a da.

Ban yi gaggawar yarda da wannan rudanin ba, kuma ban fassara shi a matsayin wani abu da ke bukatar amsa mai kyau ba. Maimakon haka, na ci gaba da karatuna, ina tunani a cikin kaina cewa abin da na yi bai fi abin da wasu suka yi muni ba, kuma idan akwai wani abin damuwa, za a iya magance shi a wani lokaci. Duk da haka, duk da cewa ina tunani, ba zan iya yin shiru gaba ɗaya game da abin da ya fara tasowa a cikina ba. Akwai lokutan da abin da nake yi ya rasa sauƙinsa na baya, ba don na zaɓi in yi watsi da shi ba, amma saboda wani abu a cikina bai sake yarda da shi kamar yadda yake a da ba.

Ya faru a wani lokaci, yayin da nake cikin abin da na ɗauka ba shi da lahani, sai wani tunani ya zo mini da kaifin basira, yana tambaya ko zan bar zunubaina in je sama, ko in riƙe zunubaina in je jahannama. Wannan ba ra'ayi ne na yau da kullun ba, amma wanda ya dage a kaina ta yadda ba zan iya watsi da shi cikin sauƙi ba. Na ga a wannan lokacin cewa ban yarda in rabu da abin da nake riƙewa ba, kodayake ba zan iya musanta cewa madadin da ke gabana ya fi nauyi ba. Don haka ban amsa tambayar ba, amma na sake komawa ga tsohon tafarkina, kodayake ba zan iya komawa gare shi da sauƙi kamar da ba.

Tun daga lokacin, na sami rabuwar kai a cikin kaina wadda ba ta kasance a wurin kamar yadda na yi a da ba. Har yanzu zan iya ci gaba, ina ci gaba da abin da na saba yi, amma ban sake zama kamar kaina ba. Abin da ya wuce da sauri yanzu ya kasance, kuma abin da ya taɓa barin wani abu a baya ya dawo mini daga baya da ƙarin haske. Na fara ganin, kodayake bai cika ba tukuna, cewa wani abu a cikina yana fallasa, kuma wannan fallasa ba na zaɓi ba ne.

A wasu lokutan nakan yi tunanin kawar da waɗannan tunanin ta hanyar rage kula da su, ko kuma ta hanyar komawa ga abubuwan da suka shagaltar da ni ba tare da wata matsala ba. Amma na ga cewa wannan bai yi nasara ba kamar yadda na yi tsammani. Abin da na ajiye na ɗan lokaci zai sake dawowa, kuma sau da yawa da ƙarfi mai yawa, don kada in iya guje masa gaba ɗaya. Kamar yadda yake, sai na ga wani abu da ba zai bar ni kamar yadda na kasance ba.

Wannan yanayi bai kawo ni ga wata mafita nan take ba, kuma bai kai ni ga wata rayuwa ta daban ba nan take. Maimakon haka, ya bar ni cikin yanayi na tashin hankali, inda ba zan iya komawa ga saukin da na taɓa samu ba, ko kuma ci gaba zuwa ga abin da ban fahimta ba. Ban kasance jahilai ba, amma duk da haka ban mika wuya ba. Na san isassun abubuwan da za su sa ni cikin damuwa, amma ban isa in sami kwanciyar hankali ba.

Kuma wannan tashin hankali, kodayake ban sani ba a lokacin, shine farkon duk abin da zai biyo baya. Domin da zarar an tashe mutum, ko da a wani ɓangare, ba zai iya komawa barci cikin sauki ba, kodayake yana iya kokarin yin hakan sau da yawa. Wani abu ya fara a cikina wanda ba za a iya warware shi ba, kuma kodayake na ci gaba na ɗan lokaci kamar da, ban sake taɓa ni ba.

WURAREN CUTARWA

Tambayoyi don Kulawa da Gaskiya

Kada ka yi gaggawar yin waɗannan tambayoyin.
Ka kasance kusa da abin da ka fuskanta yayin da kake karanta su.

1. A ina ne a rayuwarka ka ci gaba da wani abu na al'ada a waje, yayin da wani abu a ciki ya fara hana shi?
   Bai isa ya tsaya ba—amma ya isa ya dame ka.
2. Me kake komawa akai-akai, duk da cewa ba ya jin daɗi ko kuma yana da sauki kamar yadda yake a da?
   Me ya canza a cikin gogewarka game da shi?
3. Shin ka taɓa jin wani "hankali" a cikinka bayan ka yi wani abu da ka riga ka tabbatar da shi?
   Me ka yi da wannan rudanin?
4. Ta waɗanne hanyoyi kuke yin tunani da kanku don ku ci gaba da kasancewa a inda kuke?
   Waɗanne hujjoji kuke amfani da su don jinkirta canji?
5. Wace gaskiya ce ta zo maka—ba a matsayin ra'ayi na gabaɗaya ba—amma a matsayin tambaya kai tsaye da

ta sirri da ba za ka iya watsi da ita cikin sauƙi ba?
Me ka yi lokacin da ta zo?

6. Ina kake jin rarrabuwar kawuna a cikin kanka—tsakanin abin da kake yi da abin da kake fara gani?
7. Me ka yi ƙoƙarin yin shiru, ka guje wa, ko kuma ka yi fice—sai kawai ka ga ya dawo da haske sosai?
8. A wane fanni na rayuwarka ne ba za ka iya komawa ga sauƙin da ka taɓa samu ba, ko da kuwa ka yi ƙoƙari?

Jagorori Masu Sauƙi ga Mai Karatu

Rashin kwanciyar hankali ba gazawa ba ne.
Sau da yawa alama ce ta farko da ke nuna cewa wani abu ya fara.

Ba a buƙatar ka warware komai ba tukuna.
Sai kawai ka gane inda ba ka da sauran hutawa.

Domin da zarar an fahimci matsalar,
komawa ga sauƙi ba zai yiwu ba.

Babi na 2 — Lokacin da Zunubi Ya Daina Jin Kankanta

Wayar da Kan Jama'a Kan Ranar Ya Zama Nauyi

Yayin da nake ci gaba da wannan yanayin, na ga cewa abin da ya fara bayyana a matsayin tashin hankali bai bar ni kamar yadda na yi tsammani ba, sai dai ya kwantar mini da hankali da ƙaruwar nauyi, ta yadda ba zan iya yin wasa da waɗannan abubuwan da a da ban yi la'akari da su ba. Ba wai na canza ba zato ba tsammani, ko kuma na yanke shawarar yin wani sabon salo ba, amma abin da na taɓa wucewa ba tare da tunani ba yanzu ya dawo mini da juriya wanda ba zan iya tserewa cikin sauƙi ba. Hanyoyina na baya sun ci gaba, amma ba su ƙara zama mini kamar yadda suke yi a da ba.

Akwai kalmomi da na faɗa cikin sakaci waɗanda yanzu suka dawo mini, ba kamar tunawa da ke wucewa ba, amma kamar wani abu da ke ɗauke da sakamako. Akwai ayyuka da na yi ba tare da kamewa ba waɗanda yanzu suka biyo ni da wani nau'in nauyi da ban sani ba a da. Ban iya faɗin cikakken dalilin da ya sa haka yake haka ba, kuma ba zan iya tsayayya da shi gaba ɗaya ba, amma na ga cewa ban sake iya watsi da abin da na taɓa ƙirgawa ƙankanta ba. Abin da na rayu a ciki da yardar kaina yanzu ya fara matsa mini.

A cikin wannan, na fara fahimtar - ko da yake a takaice - cewa yanayina ba kamar yadda na zata ba ne. Domin idan waɗannan abubuwan ba su da lahani kamar yadda na yi tunani, me yasa za su dame ni yanzu? Me yasa za su dawo da ƙarfi haka? Kuma me yasa ba zan sami sauƙi a cikin kaina ba idan na yi la'akari da su? Waɗannan tambayoyin ba su zo a lokaci guda ba, kuma ban amsa su ba, amma sun kasance tare da ni, kuma yayin da suke ci gaba, sun ƙara mini damuwa.

A wasu lokutan, nakan yanke shawara a raina cewa zan gyara hanyoyina, ina tunanin cewa idan zan iya gyara abin da ke waje, zan iya sake samun ɗan shiru. Zan sa kaina in yi magana da kyau, in yi aiki da ƙarin kamewa, kuma na ɗan lokaci na ga zan iya yin hakan. Duk da haka wannan bai kawo mini sauƙi da na yi tsammani ba, domin ko da na canza wasu abubuwa, ban canza kaina ba. Abin da ke cikinsa bai canza ba, kuma daga wannan tushen da ba ya canzawa, irin wannan tunani da sha'awa suka sake tasowa.

Wannan gano ya dame ni fiye da da, domin na fara ganin cewa lamarin ba wai kawai yana cikin abin da na yi ba ne, har ma da abin da nake. Ko da lokacin da na daina kallon kaina a waje, na ga cewa a ciki har yanzu ina yarda. Ko da lokacin da na bayyana cikin tsari, na san cewa ba a mayar da ni sabo ba. Kuma wannan ya bar ni cikin mawuyacin hali fiye da da, domin da laifin ya kasance ne kawai a cikin ayyukana, da na gyara shi; amma samun shi a cikin yanayi na, ban san yadda zan kai shi ba.

Akwai lokutan da na nemi na kwantar da waɗannan damuwa ta hanyar komawa ga tsoffin hanyoyina, ina shawo kan kaina cewa watakila na ɗauki waɗannan al'amura da muhimmanci, ko kuma da lokaci za su shuɗe daga gare ni. Duk da haka na ga ba su shuɗe ba, amma sun dawo da ƙarfi sosai, don haka abin da na yi fatan yin shiru ya fi wahalar ajiyewa. An kawo ni akai-akai don in yi la'akari da yanayina, kodayake ban yarda in ci gaba da bin sa har zuwa ƙarshe ba.

A cikin wannan, na gano wata matsala, cewa ba kawai na rabu a fahimta ba, har ma a sha'awa. Na ga, a wani mataki, abin da yake daidai, duk da haka na ga kaina ba na son rabuwa da abin da nake so. Ba ni da jahilci gaba ɗaya, amma duk da haka ban warware ba. Ba zan iya cewa ban sani ba, amma duk da haka ba zan iya cewa na yarda ba. Kuma wannan rabuwar da ke cikina ba ta ba ni hutu ba, domin an riƙe ni tsakanin abin da na fara tsoro da abin da ban riga na so in tafi ba.

Don haka na ci gaba na ɗan lokaci a cikin wannan yanayi mai wahala, ba tare da wata matsala daga hanyoyina na baya ba ko kuma na zauna a cikin wani sabon tafarki, amma ina ƙara damuwa da jin cewa komai ba shi da kyau a cikina. Na fara rasa kwarin gwiwa ga ikon kaina na canza kaina, domin ko da yake zan iya canza abin da ke waje na ɗan lokaci, ba zan iya isa ga abin da ya fito daga gare shi ba. Kuma wannan ya bar ni da tambaya wadda ba ta rabu ba, wato, abin da za a yi idan ba zan iya canza kaina ba.

Kuma wannan tambayar, ko da yake ban amsa ta a lokacin ba, ta ci gaba da kasancewa tare da ni kuma ta yi nauyi yayin da nake ci gaba, har sai da na kasa cewa ina cikin kwanciyar hankali a cikin yanayina. Domin idan abin da ya kasance ƙarami ya fara bayyana kamar yadda yake a da, ba ya barin mutum kamar yadda ya same shi, amma yana aiki a kansa ta yadda dole ne ya juya daga gare shi ko kuma ya ci gaba da ɗaukar nauyinsa. Kuma ni, a wannan lokacin, ko da yake an matsa mini, ban juya ba tukuna.

WURAREN CUTARWA

Tambayoyi don Kulawa da Gaskiya

Kada ku yi gaggawar waɗannan tambayoyin.
Bari su bi hanyar da kuka karanta yanzu.

1. Me a rayuwarka a da kake jin ƙanƙanta, marar lahani, ko kuma al'ada—amma ya fara komawa gare ka da nauyi?
   Ba saboda yanayi ya canza ba, amma saboda wani abu a cikinka ya canza.
2. Waɗanne kalmomi, ayyuka, ko alamu ne suka fara sake ziyartar ka—ba a matsayin tunawa ba, amma sakamakon haka?
   Me suke ɗauke da shi yanzu wanda ba su taɓa ɗauka ba a da?

3. A ina ka fara jin cewa yanayinka ba kamar yadda ka taɓa zato ba ne?
   Me ya wargaza wannan zato?
4. Shin ka yi ƙoƙarin gyara kanka a zahiri—kana daidaita hali, magana, ko halaye—amma ba ka sami wani sauƙi na gaske a cikin zuciya ba?
   Me ya rage a zahiri?
5. Ta waɗanne hanyoyi ne ka gano cewa matsalar ba wai kawai abin da kake yi ba ce, har ma da abin da kake son yi?
   Me ya fi muhimmanci fiye da ɗabi'a?
6. A ina ka yi ƙoƙarin yin shiru game da tabbacinka ta hanyar komawa ga abin da ya dame ka a da—amma sai ka ga ba ya aiki?
7. Shin kana jin rabuwa a cikin kanka—inda kake ganin abin da ke daidai, amma ka ci gaba da rashin son rabuwa da abin da kake so?
   Me ya sa wannan tashin hankalin yake a wurinka?
8. A ina ka fara rasa kwarin gwiwa game da ikonka na canza kanka?
   Me aka sake ganowa akai-akai?
9. Wace tambaya ce ta fara tasowa a cikinka—ba a amsa ta gaba ɗaya ba, amma ba za a iya yin watsi da ita ba?
   Me zai faru idan ba za ka iya gyara kanka ba?

Jagorori Masu Sauƙi ga Mai Karatu

Sanin ya zurfafa kafin ya warware.

Abin da a da ake jin kamar za a iya sarrafa shi ya fara bayyana wani abu mai zurfi.
Ba kawai hali ba—amma yanayi.

Ba a buƙatar ka canza ba tukuna.
Sai kawai ka gane abin da ba za a iya canza shi da ƙoƙari kaɗai ba.

Domin idan matsalar ta fara tafiya a ƙasa,
mafita ba za ta iya ci gaba da wanzuwa a wurin ba.

Babi na 3 — Ta'addanci, Laifi, da Tsoron Yin Latti

Lokacin da Rai Ya Yi Imani Ta Yi Kewar Allah Har Abada

Yayin da nake ci gaba da wannan yanayi mai wahala, nauyin da ya fara matsa mini bai ci gaba da kasancewa kamar yadda yake ba, amma ya koma wani abu mafi muni, har na daina damuwa kawai, amma ina jin tsoro ƙwarai. Domin abin da ya taɓa bayyana mini a matsayin abin damuwa yanzu ya ɗauki siffar haɗari, ba haɗari mai nisa ba, amma wanda ya yi kama da kusa kuma na musamman ne a gare ni. Na fara jin tsoro, ba wai kawai cewa na yi kuskure ba, har ma cewa na yi hakan fiye da murmurewa.

Wannan tsoro bai zo mini a lokaci guda ba, amma ya shiga ta matakai, duk da haka lokacin da ya kama, ba ya girgiza da sauƙi. Na ga cewa wasu kalmomi na Littafi Mai Tsarki, waɗanda na taɓa ji ba tare da kulawa ba, yanzu sun zo mini da ƙarfi, kuma kamar ba su yi magana gabaɗaya ba, amma kai tsaye ga yanayina. Kuma ko da yake ba koyaushe zan iya amfani da su daidai ba, duk da haka ban iya hana su daga tunani na ba, amma na ɗauke su tare da ni kamar yadda mutum yake ɗaukar abin da ba zai iya kwanciya ba.

Akwai lokutan da na yi tunani a cikin raina cewa lallai na yi zunubi fiye da abin da za a iya gafartawa, kuma ranar alheri, idan da a bude take a gare ni, yanzu ta wuce. Wannan tunanin ya tsorata ni ƙwarai, domin na fara tunanin cewa na riga na ƙi, ko da yake har yanzu ina raye, kuma abin da ya rage mini ba bege ba ne, sai dai kawai tsammanin hukunci. Kuma wannan bai wuce da sauri ba, amma ya dawo akai-akai, har ban sami hutawa daga gare ta ba.

A cikin wannan yanayin, na kalli wasu kuma na yi tunanin suna lafiya, yayin da ni kaɗai aka yi watsi da ni. Na ga 'yancin da ban mallaka ba, da kuma natsuwa da ban iya kaiwa ba. Kuma wannan ya ƙara min wahala, domin na fara ɗaukar kaina ba wai kawai mai zunubi ba ne, har ma da wanda aka nuna shi kaɗai, kamar dai shari'ata ta bambanta da sauran. A gare ni, abin da za a iya gafartawa a wani ba za a yafe mini ba. A wasu lokutan, ina neman sauƙi ta hanyar shawo kan kaina cewa waɗannan fargabar sun yi tsauri, cewa na ɗauki al'amura fiye da yadda ake buƙata, kuma wataƙila zan iya samun hanyar komawa ga zaman lafiya. Amma duk da cewa ina faɗin haka, akwai babban zato a cikina cewa na yi magana ne kawai don kawai in kwantar da hankalina, ba don na yarda da hakan ba. Domin lokacin da na yi la'akari da yanayina sosai, na ga cewa zuciyata ba ta yarda da maganata ba.
Abin da ya fi damun ni ba wai kawai abin da na yi ba ne, har ma abin da na zama. Domin na ga cewa sha'awata ba ta ga Allah ba ce, amma tana nesa da Shi, kuma ko da lokacin da na nemi sauƙi daga tsoro, ban yi matuƙar son Shi wanda shi kaɗai zai iya ba ni ba. Wannan gano bai rage mini sauƙi ba, amma ya ƙara mini damuwa, domin na fara ganin cewa matsalarta ba wai kawai laifi ba ce, har ma da nisa, kuma ban san yadda zan shawo kanta ba.
Akwai lokutan da na yi tunanin cewa da na juya da wuri, da an karɓe ni, amma yanzu na yi jinkiri sosai, don haka na rasa damar da a da na iya zama tawa. Kuma wannan tunanin ya yi mini nauyi, domin da alama yana cewa abin da nake nema yanzu ba ya samuwa, ba don ba a taɓa bayarwa ba, amma saboda ban yarda da shi ba lokacin da zan iya.

To me za a yi, idan mutum yana jin tsoron cewa yana cikin hadari, amma kuma an riga an kore shi daga tserewa? Lokacin da ya yi la'akari da cewa wasu za su iya zuwa, amma shi da kansa ya makara? Lokacin da ƙofar da yake nema yanzu ta bayyana a gare shi kamar an riga an rufe ta—ba da ƙarfi ba, amma ta hanyar jinkirinsa? Waɗannan tunanin ba su kai ni ga fahimta ba, amma sun ƙara matsa mini cikin ruɗani da tsoro. Haka na ci gaba na ɗan lokaci a ƙarƙashin wannan babban tsoro, ba tare da sanin yadda zan warware shi ba, ko kuma yadda zan tsere masa, amma ina ɗauke da shi a matsayin nauyi na ci gaba, wanda bai bar ni ba kuma bai bar ni in koma ga abin da na kasance a da ba. Domin idan mutum ya fara yarda cewa zai iya ɓacewa bayan ya warke, ba ya haifar da rashin kulawa, amma wani irin azaba ta ciki, inda ba zai iya hutawa cikin zunubi ko samun kwanciyar hankali wajen neman ceto ba. Kuma a cikin wannan yanayi na kasance cikin damuwa ƙwarai, kuma ban sami ceto ba tukuna.

WURAREN CUTARWA

Tambayoyi don Kulawa da Gaskiya

Kada ku yi gaggawar waɗannan tambayoyin.
Ku bar su su zauna da nauyin da kuka karanta yanzu.

1. Shin ka taɓa jin cewa abin da ya dame ka a da ya zama wani abu mafi tsanani—ba damuwa ba ce, illa hadari?
   Me ya canza a yadda kake ganinsa?
2. Waɗanne gaskiya ne—musamman daga Nassosi ko kuma tabbacin—suka fara jin kamar an yi musu wahayi ne ga kai, ba gaba ɗaya ba?
   Ta yaya ka ɗauke su?
3. Shin ka taɓa jin tsoron cewa ka yi nisa sosai—cewa wani abu a rayuwarka ya wuce murmurewa?
   Kada ka amsa da sauri. Ka lura da yadda ake ji.
4. Ta waɗanne hanyoyi ne kake kwatanta kanka da wasu kuma ka yanke shawarar cewa suna da "lafiya," alhali kai ba haka kake ba?
   Me ya sa shari'arka ta bambanta?

5. Shin ka yi ƙoƙarin tabbatar wa kanka—ka gaya wa kanka cewa tsoronka ya wuce gona da iri—yayin da kake jin cewa ba ka yarda da shi sosai ba?
6. Me ya fi damun ka: abin da ka yi, ko abin da kake jin ka zama?
   Ina kake jin nisa—ba kawai laifi ba?
7. Shin ka taɓa jin cewa da ka yi gaggawar amsawa, abubuwa za su iya bambanta—amma yanzu wataƙila ka yi jinkiri sosai?
   Me wannan tunanin zai yi maka?
8. Yaya ake ji idan ana son a samu sauƙi daga tsoro, amma ba a cika son Wanda zai iya ba?
   Ku zauna da wannan damuwar da gaske.
9. Shin ka taɓa jin kamar ka kama a wani wuri inda ba za ka iya hutawa a cikin abin da kake a da ba, amma ba za ka iya samun kwanciyar hankali a gaba ba?

Jagorori Masu Sauƙi ga Mai Karatu

Tsoro, a wannan matakin, ba ya sauƙaƙawa—yana ƙaruwa.
Ba wai kawai *"Me ka yi ba?"*
sai dai *"Me zai faru idan ya makara?"*
Ba a buƙatar ka warware wannan tsoro ba tukuna.
Sai kawai don ka gane nauyinsa.
Domin idan rai ya fara yarda cewa yana iya wuce gona da iri, ba ya nuna damuwa.
Yana zama cikin rashin natsuwa ta hanya mai zurfi—
ba zai iya dawowa ba, kuma har yanzu bai iya ci gaba ba.

Babi na 4 — Gwada Komai Sai Mika Wuya

Addini, Kokari, da Rashin Samun Zaman Lafiya

Ganin haka na shiga cikin tsoro mai tsanani, ban san yadda zan kawar da shi ba, sai na fara mai da hankali kan abubuwan da na yi tunanin za su iya kawo mini sauƙi, ina tunanin cewa idan zan iya tsara rayuwata da kyau, in kuma mai da hankali kan al'amuran addini, da na iya dawo da wannan zaman lafiya da na rasa, ko kuma watakila ban taɓa sanin hakan ba. Don haka na faɗi ga gyara hanyoyina, ba daga fahimta mai kyau ba, amma daga sha'awar guje wa tsoro da ya mamaye ni.

Na ƙara mai da hankali ga maganata, ina ƙoƙarin kiyaye maganata daga banza da rashin sauƙi, kuma na kalli ayyukana fiye da da, ina guje wa waɗannan abubuwan da yanzu nake jin tsoron za su iya ƙara mini laifi. Na kuma mai da hankali ga karatu da jin Nassosi, ina tunanin cewa a cikin waɗannan zan iya samun wata hanya da za ta sauƙaƙa mini yanayina. Kuma na ɗan lokaci, a gare ni na yi kama da na sami ci gaba, domin na ga cewa zan iya kame kaina ta hanyoyin da ban taɓa yi ba a da.

Duk da haka wannan gyaran da aka yi a waje bai kai ga yadda na yi tsammani ba, domin ko da yake zan iya tsara abin da aka gani, ba zan iya sarrafa abin da ke cikin ba. Tunanina ya kasance ba shi da tsari, sha'awata ba ta canza ba, kuma ko da yake na bayyana cikin tsari, na san cewa ba a sake yin sabo ba. Kuma wannan ya sake dame ni, domin na ga cewa zan iya yin abin da ake buƙata a waje, amma duk da haka ina cikin wannan mutumin.

A wasu lokutan, na kan ji daɗin kwatanta kaina da wasu, ina lura cewa ban yi sakaci kamar wasu ba, kuma ban kasance mai nuna wasu zunubai a fili kamar yadda na taɓa yi a da ba.

Kuma a cikin wannan na sami wani irin sauƙi na ɗan lokaci, ina shawo kan kaina cewa wataƙila yanayina bai kasance mai matuƙar wahala kamar yadda na ji tsoro ba. Duk da haka wannan jin daɗin bai daɗe ba, domin lokacin da na sake komawa na ɗauki kaina ni kaɗai, ba tare da kwatantawa ba, ban sami wani tushe mai ƙarfi da zan tsaya a kai ba.

Akwai kuma lokutan da na ƙara himma wajen yin addu'a, ina tunanin cewa idan zan iya yin magana daidai, ko kuma in ji daɗi sosai, zan iya kusantar abin da nake nema. Duk da haka ko a nan ma na sami matsala, domin sau da yawa addu'o'ina suna ɗauke hankali, kalmomi na ba su da tabbas, kuma zuciyata ba ta cika sha'awarsu ba. Kuma wannan ya ƙara sa ni cikin shakku, domin na fara tambayar ko ko da nemana an tsara shi daidai.

Don haka na kasance cikin wahala da takaici, wani lokacin ina tunanin cewa na sami wani abu, kuma jim kaɗan bayan na gano cewa ban sami komai ba. Zan yanke shawara, sannan in gaza; in fara, sannan in gaji; in matsa gaba, sannan in sake faɗuwa. Kuma wannan rashin daidaito ya zama da kansa nauyi, domin ba zan iya dogara da ƙudurina ba, ko kuma in amince da ƙarfin da na fara su da shi.

Abin da ban fahimta ba tukuna shi ne na nemi sauƙi ba tare da na miƙa wuya ba, da zaman lafiya ba tare da miƙa wuya ba. Na yi aiki tuƙuru don gyara abin da zan iya gani, amma ban yi watsi da abin da ke jagorantar abin da ba zan iya gani ba. Ina son fa'idodin canji, amma ba mutuwar kai ba wadda dole ne canji na gaske ya fito. Don haka duk ƙoƙarina, kodayake da gaske a wani ɓangare, an karkatar da su zuwa tushensu.

To me mutum zai yi, idan ya yi ƙoƙarin gyara kansa, kuma ya ga ba zai iya isa ga kansa ba? Idan ya ɗauki addini a matsayin magani, amma ya ga ba ya warkar da shi? Idan ya yi aiki don ya bambanta, amma ya ci gaba da kasancewa iri ɗaya? Waɗannan abubuwa ba su kai ni ga hutawa ba, sai dai sun nuna mini a sarari cewa ban zo wurin da ake samun sauƙi na gaske ba tukuna.

Haka na ci gaba na ɗan lokaci a cikin wannan yanayi na wahala, ina yin abubuwa da yawa, amma ban isa ko'ina ba; ina neman da himma, amma ban same su ba; ina gyara a waje, amma ina ci gaba da kasancewa a ciki ba tare da wani canji ba. Domin har sai an kawo mutum ba kawai don ganin yanayinsa ba, har ma don ya miƙa wuya daga kansa gaba ɗaya, zai iya yin ƙoƙari na dogon lokaci kuma ya cim ma abubuwa kaɗan, kuma a cikin duk ƙoƙarinsa har yanzu yana nesa da abin da yake nema. Kuma, duk da cewa ina da sha'awar gaske, ban yarda ba tukuna.

WURAREN CUTARWA

Tambayoyi don Kulawa da Gaskiya

Kada ku yi gaggawar yin waɗannan tambayoyin.
Bari su gano inda ƙoƙari ya maye gurbin yin sassauci.

1. A ina ne a rayuwarka ka mayar da martani ga tsoro ta hanyar ƙoƙarin inganta kanka maimakon miƙa wuya?
   Me ka fara "yi" domin jin sauƙi?
2. Waɗanne canje-canje ne ka yi a waje waɗanda ba su kai ga abin da ke faruwa a cikinka ba?
   Ina hali ya canza—amma ba sha'awa ba?
3. Ta waɗanne hanyoyi kuka dogara ga ɗabi'a, tsari, ko ayyukan addini don kwantar da hankali kan wani abu mai zurfi?
   Me waɗannan ƙoƙarin suka kasa taɓawa?
4. Shin ka taɓa samun kwanciyar hankali na ɗan lokaci ta hanyar kwatanta kanka da wasu?
   Me ke faruwa idan aka cire wannan kwatancen?
5. Yaya abin da ka fuskanta a addu'a yake a lokacin da kake ƙoƙarin gyara kanka?
   Shin kana lura da abubuwan da ke raba hankali, matsi, ko rashin tabbas?

6. Ina ka yi ta zagaye tsakanin ƙoƙari da rashin jin daɗi—
   na warwarewa, sannan na kasala, na fara, sannan na
   rasa ƙarfi?
   Me wannan tsarin ya nuna?
7. Me har yanzu kake riƙewa a ciki yayin da kake ƙoƙarin
   canzawa a waje?
   Me ba ka yarda da shi ba?
8. Ta waɗanne hanyoyi kuke son sakamakon canji—
   amma ku ƙi miƙa wuya da ake buƙata don hakan?
9. Me zai sa a wani fanni na rayuwarka, ka daina ƙoƙarin
   sarrafa kanka ka kuma miƙa wuya gaba ɗaya?

Jagorori Masu Sauƙi ga Mai Karatu

Kokari na iya jin kamar ci gaba.
Amma ƙoƙari ba tare da miƙa wuya ba yakan haifar da sauyi.
Yana iya gyara abin da ake gani
yayin da yake barin abin da ke mulkinsa ba tare da an taɓa shi ba.
Ba a buƙatar ka daina nema ba.
Ana buƙatar ka lura da inda kake riƙe da kanka.
Domin har sai an fara mika wuya,
za a ci gaba da ƙoƙari—kuma sassaucin zai ci gaba da kasancewa ba a iya kaiwa gare shi.

Babi na 5 — Muryoyi a cikin Hankali, Yaƙi a cikin Rai

Shakka, Zargi, da Yaƙin Tabbatarwa

Yayin da na ci gaba da wannan yanayi na ƙoƙari, ina neman hanyoyi daban-daban don kwantar da tsoro da gyara rayuwata, na ga cewa maimakon zaman lafiya, sai aka sami wani sabon rikici mai tayar da hankali a cikina, ba wai kawai a cikin abin da na yi ba, har ma a cikin abin da na yi tunani, har hankalina ya zama wurin tashin hankali, kuma ba zan iya hutawa ko da a cikin kaina ba. Domin a da na yi fama da ɗabi'a ta waje, yanzu an kawo ni in yi gwagwarmaya da muryoyin ciki waɗanda ba sa barin hanya cikin sauƙi.
Akwai wasu shawarwari da suka shigo mini a rai, wasu a hankali, wasu kuma masu kaifi da ratsa zuciya, waɗanda ban iya yarda da su gaba ɗaya ko ƙin yarda da su gaba ɗaya ba, amma waɗanda suka rage mini, suna matsa mini da ƙarfin da ban fahimta ba. A wasu lokutan suna zarge ni a sarari, suna bayyana zunubaina a gabana ta yadda ba zan iya musanta su ba; a wasu lokutan kuma suna yi mini tambayoyi, suna tambaya ko akwai bege ga ɗaya daga cikin waɗanda ke cikin halin da nake ciki, da kuma ko ban riga na wuce gona da iri ba.

Waɗannan tunanin ba su zo kamar baƙi ba, amma kamar suna da wani abu da ya shafe ni, domin sun yi magana ta hanyar da ta yi kama da ta yi daidai da abin da nake tsoro, don haka suka sami shiga cikin zuciyata a shirye. Kuma ko da yake na nemi in yi musu tsayayya, na ga cewa juriya kaɗai ba ta kawar da su ba, amma sau da yawa kamar tana ba su ƙarfi sosai, don haka yayin da nake ƙoƙari na rufe su, haka suke komawa.
A wasu lokutan, na yi tunanin na ji wata irin jayayya a cikin kaina, kamar dai muryoyi biyu masu karo da juna suna jayayya a kaina—ɗaya tana nuna cewa akwai bege tukuna, ɗayan kuma yana nacewa cewa babu. Kuma ni, kasancewar ban

tabbata ba, yanzu na jawo hankalina ga ɗaya, sannan ga ɗayan, don haka ba zan iya jurewa a kan ɗayan ba, amma na ci gaba da kasancewa cikin rarrabuwar kawuna, ban san wanda zan yi imani da shi ba.

Wannan jayayya ta cikin zuciyata ba ta bar ni ba, amma ta yi mini wahala ƙwarai, domin na fara rasa kwarin gwiwa ba kawai a cikin yanayina ba, har ma da tunanin kaina, ban san ko abin da na yi tunanin gaskiya ne ba, ko kuma ko an yaudare ni ko da a cikin nemana. Kuma wannan ya ƙara mini wahala, domin idan ba zan iya amincewa da tunanina ba, to ina zan juya?
Akwai lokutan da wasu kalmomin Littafi Mai Tsarki suka zo mini da ɗan haske, suna nuna cewa jinƙai na iya yiwuwa, kuma ba duka suka ɓace ba. Amma har ma waɗannan an biyo su da wasu tunani da za su yi tambaya game da amfaninsu a gare ni, suna tambaya ko irin waɗannan alkawuran na wasu ne, ba na ɗaya daga cikin waɗanda ke cikin lamarina ba. Kuma haka abin da ya yi kama da na ɗan lokaci ya ɓace nan da nan.

Abin da ya fi bani haushi shi ne waɗannan tunanin ba su tsaya a nesa ba, amma kamar sun fito ne daga cikina, ta yadda ba zan iya bambance su da sauƙi ko nawa ne, ko wani abu da ya same ni ba. Kuma wannan ya haifar mini da rudani ƙwarai, domin ina jin tsoron cewa idan nawa ne, to na fi muni fiye da yadda na zata; kuma idan ba haka ba ne, ban san yadda zan kawar da su ba.

To me za a yi, idan mutum ba wai kawai abin da ya yi ya dame shi ba ne, har ma da abin da yake tunani? Lokacin da hankalinsa ya zama mara tabbas, kuma bai iya sanin ko ana jagorantar shi zuwa ga gaskiya ko kuma ana ƙara jawo shi cikin kuskure ba? Lokacin da har ma ƙoƙarin neman taimako ya katse shi da muryoyin da ke tambayar yiwuwar taimako? Waɗannan abubuwan ba su fitar da ni daga cikin matsalata ba, amma sun ƙara kawo ni cikinta.

Don haka na ci gaba a ƙarƙashin wannan yaƙin cikin gida, inda zargi da rashin tabbas suka hadu, kuma an ɗaure ni a tsakaninsu, ban san yadda zan sami tabbaci ba, ko kuma yadda zan kubuta daga shakku. Domin idan mutum ya rabu a cikin kansa, kuma bai sami yarjejeniya ko da a cikin tunaninsa ba, ba zai iya samun kwanciyar hankali cikin sauƙi ba, amma yana ci gaba da rikici har sai wani abu mafi girma fiye da kansa ya warware abin da ba zai iya ba. Kuma ni, a wannan lokacin, ban sami wannan mafita ba tukuna.

WURAREN CUTARWA

Tambayoyi don Kulawa da Gaskiya

Kada ku yi gaggawar waɗannan tambayoyin.
Bari su kasance cikin damuwa kamar babin da kansa.

1. Shin ka taɓa fuskantar tunanin da ba ka ji kamar naka ba ne—amma ba zai bar ka ba?
   Ta yaya suka bayyana kansu?
2. Waɗanne irin muryoyi na ciki ne ke mamaye mutum idan ba ka da tabbas—suna zargi, suna tambaya, ko kuma suna sa ka karaya?
   Me suke maimaitawa akai-akai?
3. Shin ka taɓa samun kanka a cikin tunani biyu masu karo da juna—ɗaya yana nuna bege, ɗayan kuma yana musanta shi?
   Wanne kake yarda da shi?
4. Idan imani ko gaskiya ya zo maka, yaya ake bin sa da sauri da shakku ko sabani?
   Me zai faru a wannan sauyi?
5. Shin ka taɓa yin tambaya ko alkawuran Littafi Mai Tsarki sun shafi kanka?
   Me ke sa ka ji an ware ka?
6. Ta waɗanne hanyoyi ka yi ƙoƙarin tsayayya da tunani masu tayar da hankali—amma sai ka ga cewa juriya tana ƙara musu ƙarfi?

7. Shin kana amincewa da hukuncinka lokacin da kake fuskantar matsin lamba a cikin gida?
   Ko kuma kana fara shakkar ko da ikonka na gane gaskiya?
8. Shin ka taɓa yin mamakin ko gwagwarmayarka ta fito ne daga cikinka—ko kuma daga wani abu da ke faruwa a kanka?
   Ta yaya wannan rashin tabbas ya shafe ka?
9. Yaya ake ji idan hankalinka ya zama wurin da ba za ka iya hutawa ba?

Jagorori Masu Sauƙi ga Mai Karatu

Ba duk rikici ake yi a waje ba.
Akwai lokutan da gwagwarmaya ta shiga ciki -
zuwa tunani, fassara, da fahimta.
Kuma idan hakan ta faru, tabbas zai yi wahala.
Ba a buƙatar ka warware muryoyin ba tukuna.
Sai kawai don gane rikicin.
Domin idan hankali ya rabu,
ba za a iya tilasta zaman lafiya ba—dole ne a bayar da shi.

Babi na 6 — Kurkukun da Ya Bayyana Komai

Lokacin da Allah Ya Cire 'Yanci Don Bayyana Gaskiya

Bayan na daɗe ina yin atisaye a cikin waɗannan rikice-rikice na ciki, ina cikin damuwa da tsoro, ina fuskantar matsaloli, kuma ina cikin gajiya da ƙoƙarina na neman hutu, sai wani yanayi ya zo mini wanda ban fahimta da farko ba, amma wanda daga baya ya zama mafi amfani a gare ni fiye da duk abin da ya faru a baya. Domin an kawo ni wurin da aka hana ni 'yancina na waje, kuma ba zan iya ci gaba da yawo kamar yadda na yi ba, ko kuma in shagaltu da abubuwan da suka shagaltar da ni a da.

Da farko, wannan ɗaurewar ta yi kama da wani ƙarin wahala a gare ni, kamar dai an ƙara wahalar da ni maimakon a rage min, domin na ga kaina ba wai kawai ina cikin damuwa ba, amma yanzu ma ina da iyaka a ciki. Ba zan iya guje wa tunanina ba, kuma ba zan iya yin aiki don guje musu ba. Abin da motsi ya katse shi a da yanzu ya daɗe yana nan ta hanyar natsuwa, kuma abin da na ajiye a baya ya dawo mini da ƙarfi sosai.

A cikin wannan yanayi, na fara ganin cewa yawancin abin da na kira nema, a gaskiya, gujewa ne, kuma ayyukana na baya sun fi kawo jinkiri ga fahimtata fiye da ci gaba da ita. Domin yayin da nake da 'yancin ƙaura, ni ma ina da 'yancin juyawa, in shagaltu da kaina, in kwantar da tunanina ba tare da na warware su ba. Amma yanzu, da aka kawo ni wurin da ba zan iya tserewa cikin sauƙi ba, an sa ni in fuskanci abin da na daɗe ina ɗauka amma ban yi cikakken tunani ba.

Tambayoyin da suka taɓa zuwa da waɗanda suka shuɗe sun ci gaba da wanzuwa, kuma ban iya watsi da su kamar da ba. An sake dawo da ni don in yi la'akari da yanayina, ba tare da ɓata lokaci ko kuma a cikin wucewa ba, amma da wani muhimmin abu da bai bar ni in juya baya ba. Kuma wannan, kodayake bai yi mini daɗi ba, ya fara nuna mini a sarari abin da ban gani ba tukuna—cewa matsalar ta ba ta faru ba bisa ga kuskure, ko kuma wucewa ba, amma ta samo asali ne daga wani abu da ke buƙatar fiye da ƙoƙari don warwarewa.

Akwai lokutan da nake son komawa tsohuwar yanayina, ba don ya fi kyau ba, amma saboda ya fi sauƙi, domin ko da yake ban sami kwanciyar hankali a can ba, aƙalla na sami abin da zai raba hankalina. Amma yanzu, bayan na kawar da hakan, ba zan iya sake yin kamar ina cikin kwanciyar hankali ba, kuma ba zan iya shawo kan kaina cewa lokaci kaɗai zai canza yanayina ba. Abin da na jinkirta yanzu ya tsaya a gabana, kuma ba zan iya yin watsi da shi ba.

A cikin wannan shiru, na fara fahimtar cewa duk ƙoƙarin da na yi a baya ya gaza saboda dalili ɗaya—cewa ban taɓa kai ga ƙarshen kaina ba da gaske. Na yi ƙoƙarin gyara, gyara, gudanarwa, tunani, da kuma tsayayya, amma ban yarda ba. Na nemi canji ba tare da mika wuya ba, sauƙi ba tare da mika wuya ba, da zaman lafiya ba tare da barin abin da ke tsakanina da shi ba. Kuma yanzu, da aka kawo ni wurin da ƙarfina ba zai iya amfanar da ni ba, sai na fara ganin cewa abin da ba zan iya yi dole ne a yi shi ta wata hanya daban.

Wannan bai kawo mini kwanciyar hankali nan take ba, amma ya kawo mini haske, kuma haske, ko da yake kaifin basira, ya fi duk wani rudanin da na taɓa fuskanta a da. Domin na ga yanzu cewa lamarin ba ya dogara ne da yin fiye da haka ba, sai dai a daina abin da na dogara da shi. Ba wai ban yi ƙoƙari ba ne, amma na yi kuskure, kuma matuƙar na ci gaba da haka, ba zan iya cimma abin da nake nema ba.

To me za a yi, idan aka kawo mutum zuwa wurin da ba zai iya dogara ga kansa ba, kuma ya ga cewa duk hanyoyinsa na baya sun gaza shi? Lokacin da aka kwace masa, ba don dama kawai ba, amma don amincewa da iyawarsa? Lokacin da ya ga a sarari cewa abin da yake buƙata ba za a iya samar da shi ta hanyar ƙoƙarinsa ba? Waɗannan abubuwan ba su warware halin da nake ciki ba tukuna, amma sun kawo ni wurin da ba zan iya sake yaudarar kaina ba.

Don haka na zauna na ɗan lokaci a ƙarƙashin wannan kamewa, ban tsira ba tukuna, amma ba kamar yadda na kasance ba, domin ko da yake ban sami kwanciyar hankali ba tukuna, an kawo ni ƙarshen ƙoƙarina, kuma wannan, ko da yake yana jin kamar asara, a gaskiya ma farkon wani abu ne da ban sani ba tukuna. Domin idan aka ƙasƙantar da mutum har ya ga ba zai iya ɗaga kansa ba, ya fi kusa da taimako fiye da lokacin da ya yi tunanin zai iya tsayawa shi kaɗai.

WURAREN CUTARWA

Tambayoyi don Kulawa da Gaskiya

Kada ka yi gaggawar waɗannan tambayoyin.
Ka bar su su zauna inda ba za ka iya wucewa ba.

1. Me a rayuwarka aka katse ko aka takaita ta hanyar da ba ka zaɓa ba?
   Me wannan ƙuntatawa ta fallasa?
2. Idan aka kawar da abubuwan da ke raba hankali, waɗanne tunani ko gaskiya ne ke dawowa da ƙarfi?
   Me ka iya guje wa har yanzu?
3. Ta waɗanne hanyoyi ne ayyukanka—aiki, motsi, ƙoƙari—suka jinkirta fuskantar wani abu mai zurfi?
4. Shin ka taɓa yin kuskuren yin motsi don ci gaba a rayuwarka ta ruhaniya?
   Me kake gujewa yayin da kake motsi?
5. Me zai zama abin da ba makawa idan ba za ka iya raba hankalinka ba?

6. A ina ka yi ƙoƙarin gyara kanka, sarrafa shi, ko inganta shi akai-akai—amma ba ka sami wani sauyi mai ɗorewa ba?
7. Me zai sa ka kai ga ƙarshen ikonka na magance matsalar kanka?
   Ba a ka'ida ba—amma a zahiri.
8. Me har yanzu kake riƙewa a matsayin hanyar sarrafawa, duk da cewa ka gane cewa ba ya aiki?
9. Idan abin da kake buƙata ba za a iya samar da shi ta hanyar ƙoƙarinka ba, me hakan ke buƙatar ka saki?

Jagorori Masu Sauƙi ga Mai Karatu
Akwai lokutan da ake cire motsi -
ba don cutar da kai ba, amma don bayyana kanka.
Abin da ke kama da takura
sau da yawa yana fallasa abin da ke ɓoye hankali.
Ba a buƙatar ka warware komai ba tukuna.
Ana kawo ka wurin da mafita ta kai ta ƙare.
Domin sau da yawa ana samun haske
idan kowace zaɓi ta gaza.
Kuma ko da yake yana jin kamar asara ce,
wataƙila shi ne tushe na farko na gaskiya da ka tsaya a kai.

KASHI NA 2 GABATARWA

Tafiya Da Ba Za Ka Iya Gujewa Ba Kuma

Lokacin da Labarin Ya Daina Zama Labari

Akwai lokacin da fahimta ba ta isa ba, ba wai don rashin fahimta ba ne, amma saboda yana fara bukatar amsa. Har zuwa wannan lokacin, ana iya lura da komai. Za ka iya gane alamu, ka yarda da gaskiya, ka kuma gane da gwagwarmaya ba tare da an bukaci ka motsa ba. Za ka iya ganin sassan kanka a cikin labarin ba tare da barin shi ya fuskanci kai tsaye ba. Amma akwai layi - sau da yawa a ɓoye kuma ba a cika sanar da shi ba - inda lura ya zama shiga tsakani, kuma Kashi na 2 ya fara daga wannan layin.

Ci gaban Mahajjaci a matsayin labari game da wani—mutumin da ya bar gidansa, ya yi tafiya a kan hanya mai wahala, ya gamu da cikas, ya ci gaba har sai ya isa inda zai je. Yana da sauki a bi shi, amma ba a taɓa rubuta shi don ya kasance a nesa ba. A wani lokaci, ana nufin mai karatu ya fahimci cewa nauyin da ke cikin labarin ba wai kawai alama ce ba, amma na sirri ne kawai. Yana wakiltar nauyin sanin wani abu ba daidai ba ne kuma ba za a iya kawar da shi ba, sanin cewa rayuwa ba za ta iya ci gaba ba tare da wani canji ba, da kuma fahimtar cewa jinkiri ba ya zama tsaka tsaki.

A Kashi na 1, mun ci gaba da zama a sararin da abubuwa ke samuwa. A Kashi na 2, motsi ya fara, motsi kuma yana kawo wani nau'in matsin lamba daban. Da zarar mutum ya fara motsi, jin dadi ya lalace, tsarin da aka saba da shi ya ɓace, kuma sabbin ƙalubale sun bayyana. Abin da a da yake jin kwanciyar hankali ya fara canzawa, kuma abin da a da yake kama da wanda za a iya jurewa ya fara tsayayya. Nan ne mutane da yawa ke komawa baya—ba wai saboda hanyar ba ta da tabbas ba, amma saboda yana da tsada.

Matakai na farko da suka yi nesa da abin da aka sani sau da yawa suna jin wahala fiye da zama a inda mutum yake, don haka zaɓuɓɓukan za su bayyana kansu. Jinkiri yana kama da mai ma'ana, biyayya ta ɗan lokaci ta isa, kuma muryoyin da ke alƙawarin hanyoyi masu sauƙi suna fara yin kama da masu gamsarwa. Wannan yanayin ba sabon abu bane; shine ainihin abin da tafiyar ke bayyana. Bunyan bai gabatar da rayuwar Kirista a matsayin shawara ɗaya tilo ba, amma a matsayin hanya da dole ne a bi—wadda ba koyaushe ake iya ganin ci gaba ba, ƙarfafawa ba koyaushe take faruwa nan take ba, kuma haske ba ya kawar da wahala. Duk da haka duk da haka, hanyar ta kasance kunkuntar, ba don takurawa ba, amma don jagoranci da daidaito.

Yayin da kake shiga wannan sashe, ka guji sha'awar fassara da sauri ko kuma rage tafiyar zuwa ga ra'ayoyi. Madadin haka, bari motsi ya bayyana wani abu mafi sirri. Ka yi la'akari da inda ka tsaya cak lokacin da ake buƙatar motsi, abin da kake riƙewa wanda ba zai iya ci gaba da kasancewa tare da kai ba, da kuma waɗanne muryoyi ka amince da su kawai saboda suna ba da ta'aziyya akan gaskiya.

Wannan shine inda labarin ya fara matsawa ciki—ba da ƙarfi ko ƙarfi ba, amma a hankali—har sai abin da aka karanta ya gane. Ba a buƙatar ka kammala tafiyar ba tukuna, amma ana kawo ka wurin da ba za a iya yin watsi da shi ba. Domin da zarar an ga nauyin a sarari, ci gaba da zama a inda kake ba zai zama kamar da ba, kuma a wannan lokacin, ko ka ƙaura ko ba ka ƙaura ba, ka riga ka fara.

Babi na 7 — Ranar da Nauyin Ya Bayyana

Lokacin da Ba Za a Iya Yin Watsi da Abin da Kake Ɗauke da Shi Ba

Bayan na fuskanci matsala a cikin kaina, bayan na ga gazawar ƙoƙarina da kuma tashin hankalin da ba zai bar ni ba, sai lokaci ya zo da abin da na daɗe ina ji a cikin zuciyata ya bayyana mini a sarari kuma ya fi bayyana, ta yadda ba zan iya sake magana a kansa a matsayin matsala kawai ba, amma na fara ganinsa a matsayin nauyi da nake ɗauka akai-akai, ko na yarda da shi ko ban yarda ba. Ba sabon abu ba ne, amma an gani sabo.

Kafin wannan, na san cewa akwai wani abu da ya lalace, amma ban ɗauke shi a matsayin wani abu na kaina ba ta hanyar da ta dace kuma mai dorewa. Na yi tunanin yanayina a matsayin wani abu da zai iya canzawa da lokaci, ko kuma a rage shi ta hanyar ƙoƙari, ko kuma a kwantar da hankali ta hanyar wasu abubuwa. Amma yanzu, na fara fahimtar cewa abin da nake ɗauka ba lokaci-lokaci ba ne, amma mai ci gaba ne, ba mai sauƙi ba, amma mai nauyi ne, kuma ba wani abu da ke cikin ikona zai iya cire shi cikin sauƙi ba.

Wannan gani bai zo da sauƙi ba, kuma bai kawo kwanciyar hankali ba, domin ganin abu a sarari sau da yawa ya fi wahala fiye da jin sa ba tare da an gane shi ba. Abin da a da ba shi da tabbas a da yanzu an sanya shi a gabana da ƙarin haske, kuma ba zan iya sake shawo kan kaina cewa yanayina ƙarami ne, ko kuma za a iya yin watsi da shi ba. Na ga cewa ba kawai yana nan ba, har ma yana tare da ni, kuma duk inda na je, yana tafiya.

Akwai lokutan da zan juya tunanina daga gare shi, kamar yadda na yi a baya, amma na ga ba zan iya yin hakan da irin wannan nasarar ba, domin ya dawo mini da wani irin juriya wanda bai bar ni in manta da shi na dogon lokaci ba. Ko da a lokutan da nake hulɗa da wasu abubuwa, akwai wani yanayi a cikina cewa wani abu ba a warware shi ba, kuma abin da nake ɗauke da shi ba a ajiye shi ba.
A cikin wannan, na fara fahimtar cewa yanayina ba a ɓoye yake ba, duk da cewa na rayu kamar yadda yake, amma maimakon haka ban gan shi kamar yadda yake ba. Kuma wannan ya kawo ƙarin fahimta, cewa idan na iya ganinsa yanzu, to koyaushe yana nan, kodayake ban yarda da shi ba. Kuma wannan ya sa ya fi wahalar jurewa, domin ba zan iya cewa ni jahili ba ne, amma na san wani ɓangare na abin da na yi watsi da shi a da.

Haka kuma a cikina akwai wata ƙaramar fahimta da ke ƙara bayyana cewa wannan nauyin ba a yi nufin a ɗauke shi har abada ba, amma duk da haka ban san yadda zan kawar da shi ba. Ba zan iya kawar da shi da ƙoƙari ba, kamar yadda na yi ƙoƙari, kuma ba zan iya yin watsi da shi ba, kamar yadda na yi a da. Ya kasance tare da ni, ba kamar wani abu da na zaɓa ba, amma kamar wani abu da na gaji, kuma na fara fahimtar cewa idan za a taɓa ɗauke shi, dole ne ya kasance ta wata hanya daban da tawa.

To me mutum zai yi, idan ya ga abin da yake ɗauke da shi a sarari, amma ba zai iya ajiye shi ba? Idan ya san cewa yanayinsa na gaske ne, amma bai san yadda zai canza shi ba? Lokacin da abin da a da yake da wuyar fahimta ya bayyana, kuma abin da yake da nisa ya kusa? Waɗannan abubuwa ba su nuna mini hanyar gaba ba tukuna, amma sun kawar da tunanin cewa zan iya ci gaba da kasancewa kamar yadda nake.

Domin akwai bambanci tsakanin jin damuwa da gani a sarari, kuma da zarar mutum ya gani, ba zai iya komawa ga rashin gani ba. Abin da aka bayyana mini ba za a iya gyara shi ba, kuma ba za a iya ƙara masa ƙanƙanta ba. Ya kasance a gabana, ba a matsayin abin damuwa ba, amma a matsayin gaskiya mai ci gaba, yana matsa mini da ƙarfi mai natsuwa amma marar ƙarfi.

Don haka na ci gaba daga wannan lokacin, ba wai kawai ina cikin damuwa ba, amma kamar wanda ke ɗauke da wani nauyi da aka sani, wanda ba zan iya musantawa ko cirewa ba. Kuma ko da yake ban ɗauki matakan da za su kai ni daga gare shi ba tukuna, na zo wurin da zama kamar yadda nake a da ba zai yiwu ba, domin idan mutum ya ga abin da yake ɗauka, ya riga ya tsaya a gefen motsi, ko yana shirye ya ɗauki matakin ko a'a.

WURAREN CUTARWA

Tambayoyi don Kulawa da Gaskiya

Kada ku yi gaggawar waɗannan tambayoyin.
Bari su bayyana abin da ya riga ya faru.

1. Me a rayuwarka ya canza daga rashin jin daɗi mara tabbas zuwa wani abu da aka bayyana a sarari?
   Me za ka iya gani yanzu da ba za ka iya ambata ba a da?
2. Ina ka koma daga jin cewa "wani abu ba daidai ba ne" zuwa sanin menene?
   Me ya zama takamaiman abu?
3. Me ka yi ƙoƙarin ɗauka a matsayin na ɗan lokaci—amma yanzu ka gane cewa yana ci gaba?
4. Ta waɗanne hanyoyi ne ka fahimci cewa abin da kake ɗauke da shi ya daɗe yana tare da kai fiye da yadda ka yarda?
   Abin da ya canza ba kasancewarsa ba ne—amma saninka ne.
5. Me kake gani a sarari yanzu da ba za ka iya ragewa, sake fassarawa, ko watsi da shi ba?
6. A ina ka yi ƙoƙarin yin watsi da wani abu—amma sai ka ga yana dawowa da naci a hankali?

7. Me kake ɗauke da shi wanda ba za ka iya cirewa ta hanyar ƙoƙari, horo, ko niyya ba?
8. Me ake nufi da a fahimci abin da ka gani sosai—ba tare da rage masa nauyi ko kuma a juya baya ba?
9. Ina kake ganin cewa ci gaba da zama kamar yadda kake a yanzu ba zai yiwu ba?

Jagorori Masu Sauƙi ga Mai Karatu

Haske yana canza komai.
Abin da a da yake da rashin tabbas yana bayyana.
Abin da a da yake da nisa yana bayyana.
Kuma da zarar an ga wani abu,
ba za a iya ganinsa ba.
Ba a buƙatar ka yi wani abu ba tukuna.
Amma ba ka nan a matsayin da kake a da.
Domin idan nauyin ya bayyana,
motsi ba zai yiwu ba a irin wannan hanyar.
Ko da ba a ɗauki wani mataki ba,
wani abu ya riga ya fara.

Babi na 8 — Barin Abin da Ba Za Ka Iya Ɗauka Ba

Kudin Mataki Na Farko Daga Jin Daɗi

Bayan na fahimci nauyin da na ɗauka a fili, kuma ban sake musanta kasancewarsa ko rage nauyinsa da wani ƙoƙari na kaina ba, sai na ji kamar ba zan iya ci gaba kamar yadda na yi ba, ko kuma in ci gaba da wannan tafiyar ba tare da ƙara matsalar da ta riga ta taso mini ba. Har yanzu ban gama yanke shawarar abin da zan yi ba, amma na fara fahimtar cewa dole ne a bar wani abu a baya idan zan ci gaba.

Wannan fahimta ba ta zo ba tare da juriya ba, domin abin da aka kira ni in tafi ba wai kawai abin da ba daidai ba ne, har ma abin da na saba da shi. Hanyoyina na baya, duk da cewa yanzu suna da wahala, har yanzu sun san ni, kuma a cikinsu na sami wani irin sauƙi, ba na zaman lafiya ba, amma na al'ada. Kuma nisantar waɗannan ba ƙaramin abu ba ne, domin yana buƙatar in kauce daga abin da na fahimta zuwa abin da ban fahimta ba.
Akwai kuma alaƙa da ta riƙe ni, ba kawai a cikin ayyukana ba, har ma a cikin asalina, domin na daɗe ina ɗaukar kaina a matsayin wani abu, kuma barin hakan a baya yana jin kamar dole ne in zama wani abu da ban sani ba tukuna. Abin da na kasance a tsakanin wasu, abin da na kasance a gare ni, da abin da na saba da shi—duk waɗannan suna tsaye a gabana a matsayin abubuwan da ba za su iya ci gaba da canzawa ba idan zan bi abin da na gani yanzu.

A wasu lokutan, nakan jinkirta, ina tunanin cewa har yanzu zan iya ɗaukar duka biyun—cewa zan iya riƙe abin da na sani yayin da nake neman sauƙi daga abin da ke damuna. Amma na gano cewa wannan ba zai yiwu ba, domin da na yi la'akari da shi, sai ya zama a bayyane cewa abin da nake ɗauka da inda nake zama ba za su iya tsayawa tare ba. Nauyin bai yi sauƙi ba yayin da nake tsaye, kuma hanyar ba ta bayyana ba yayin da nake jinkiri.

Akwai kuma muryoyi da suka fito—ba kawai daga ciki ba, har ma daga waje—wadanda suka tilasta mini in ci gaba da kasancewa kamar yadda nake, suna nuna cewa abin da na ga ya zama dole ya yi tsauri sosai, ko kuma zan iya samun wata hanyar da ba ta bukatar ƙaramin canji. Waɗannan muryoyin ba koyaushe suke adawa da ni kai tsaye ba, amma sau da yawa suna magana da hanyar da ta yi kama da mai ma'ana, suna ba da jinkiri maimakon yanke shawara, da kuma ta'aziyya maimakon gaskiya.

Duk da haka, duk da ina sauraro, akwai wani shiru a cikina da na san cewa waɗannan muryoyin ba su magance matsalar da nake ciki ba, amma sun dage ne kawai. Domin abin da na gani ba zai zama ba a gani ba, kuma abin da na fahimta ba zai bar ni in huta a cikin abin da na taɓa karɓa ba. Da zarar na yi la'akari da zama, sai na ji nauyin ya ƙaru, kamar dai nauyin da kansa ya matsa mini zuwa ga wani mataki da ban riga na ɗauka ba.
To me mutum zai yi idan ya fahimci cewa wurin da yake tsaye ba zai iya ɗaukar nauyin alkiblar da dole ne ya bi ba? Idan ya san cewa ci gaba yana bukatar barin abin da ke da lahani kawai, har ma da abin da ke da daɗi? Idan farashin ba wai kawai yana cikin abin da ya rasa ba, har ma da abin da dole ne ya zama? Waɗannan abubuwan ba su sauƙaƙa hanyar ba, amma sun bayyana ta a sarari.

Domin akwai lokacin da dole ne mutum ya zaɓi, ba tsakanin abin da yake da sauƙi da abin da yake da wahala ba, amma tsakanin abin da yake gaskiya da abin da aka sani. Kuma kodayake sanin juna yana magana da murya mai laushi, ba zai iya kawar da nauyin ba, kuma ba zai iya jagorantar mutum zuwa inda dole ne ya je ba. Zai iya riƙe shi ne kawai a inda ya kasance, kuma inda ya kasance bai isa ba.

Don haka na tsaya a wannan lokacin, ban gama tafiya gaba ɗaya ba tukuna, amma ban sake hutawa a inda nake ba, ganin cewa abin da nake ɗauka ba zai iya ci gaba da kasancewa tare da ni ba, kuma idan har zan sake samun 'yanci daga gare shi, dole ne in bar abin da na daɗe ina riƙe da shi a baya. Kuma ko da yake ban ɗauki cikakken matakin ba tukuna, na zo wurin da aka san farashinsa, kuma ba za a iya guje wa zaɓin ba.

WURAREN CUTARWA

Tambayoyi don Kulawa da Gaskiya

Kada ka yi gaggawar yin waɗannan tambayoyin.
Bari su matsa inda kake son jinkirtawa.

1. Me kake gani a rayuwarka yanzu a sarari ba zai iya ci gaba da kasancewa tare da kai ba—idan kana son ci gaba?
   Ba abin da ke da wahala ba—amma abin da ba ya jituwa da kai.
2. Ina kake ƙoƙarin riƙe alkibla biyu a lokaci guda—kana ci gaba da zama a inda kake yayin da kake son canji?
   Wane irin tashin hankali ne hakan ke haifarwa?
3. Me ya fi wahalar barin—ba don yana da kyau ba, amma saboda an saba da shi?
4. Ta waɗanne hanyoyi ne asalinka yake da alaƙa da abin da ka san za ka iya buƙatar sakinsa?
   Wa kake jin tsoron zama ba tare da shi ba?
5. Wadanne hujjoji kuke amfani da su don jinkirta canjin da ake buƙata?
   Shin suna kama da masu ma'ana? An auna su? Masu ma'ana?
6. Wadanne muryoyi ne na ciki ko na waje ke ƙarfafa ka ka ci gaba da zama kamar yadda kake?
   Me suke yi maka alƙawarin yi?
7. Idan ka yi la'akari da ci gaba da zama a inda kake, shin nauyin yana jin sauƙi—ko nauyi?

8. Me zai rage maka ka ci gaba—ba kawai a waje ba, har ma a ciki?
   Me zai canza a cikinka, ba kawai a kusa da kai ba?
9. Ina kake ganin cewa zaɓin ba zaɓi bane, koda kuwa ba a yi shi ba tukuna?

Jagorori Masu Sauƙi ga Mai Karatu
Clarity ya gabatar da farashi.
Abin da ka taɓa ɗauka ba tare da wata shakka ba
yanzu ya tsaya cak.
Kuma abin da a da yake jin kamar kwanciyar hankali
yanzu ya bayyana kansa a matsayin iyaka.
Ba a buƙatar ka kammala matakin ba tukuna.
Amma ana kai ka wurin da ba za a iya kauce masa ba.
Domin akwai wani lokaci da gaskiya da sanin juna ba za su iya zama tare ba.
Kuma idan aka kai ga wannan matsayi, kasancewa ba ya zama tsaka-tsaki.
Wataƙila ba ka ƙaura ba tukuna.
Amma an riga an fara shawarar.

Babi na 9 — Lokacin da Hanya Ta Yi Wahala Fiye da Yadda Ake Tsammani

Girgizar Fama da Farko da Jarabawar Juyawa

Da na isa wannan wurin da ba zan iya ci gaba da zama kamar yadda nake ba, kuma na fara, ko da yake ba tare da ɓata lokaci ba, na yi tunani a cikin raina cewa watakila yanzu zan iya samun ɗan sauƙi, bayan na mayar da hankalina ga abin da na yi imani da shi daidai ne. Duk da haka, nan da nan na gano cewa hanyar da na shiga ba ta kawo sauƙi da na yi tsammani ba, sai dai ta kawo mini sabbin matsaloli da ban hango ba.

Domin kuwa a da ina cikin damuwa wajen ci gaba da zama, yanzu ina cikin damuwa wajen ƙaura, nauyin da na yi fatan zai ragu ya fara matsa mini ta hanyoyi daban-daban. Abubuwan da na bari a baya ba su sake kama ni kamar da ba, duk da haka abin da ke gaba bai karɓe ni da ta'aziyya ba tukuna, har na sami kaina a wani wuri a tsakanin, inda ba zan iya komawa cikin kwanciyar hankali ko ci gaba ba tare da gwagwarmaya ba.

Wannan ya dame ni ƙwarai, domin na yi tunanin cewa farawa da kyau zai kawo mini wani yanayi na ci gaba nan take, ko kuma aƙalla rage nauyin da ya sa na ci gaba. Amma maimakon haka, na gano cewa aikin motsa jiki ya fallasa sabbin rauni a cikina, kuma abin da ban gani ba yayin da nake tafiya ya bayyana yayin da nake tafiya.
Akwai lokutan da na yi tambaya ko na fahimta daidai, ina mamakin ko watakila na yi kuskure a yanayina, ko kuma na ɗauki wani mataki da ba dole ba. Domin idan hanyar da na shiga ta dace , me zai sa a yi mata alama da irin wannan wahala a farko? Me yasa matakan farko za su fi rashin tabbas fiye da waɗanda na taɓa ɗauka a baya?

Waɗannan tunanin ba su kasance a matsayin abubuwan da za a yi la'akari da su ba, amma sun dawo da ƙarfi mai yawa, suna nuna mini cewa zan iya komawa baya in dawo ɗa abin da na bari, kuma ta yin hakan zan iya sake samun sauƙin da na taɓa samu a da, ko da kuwa bai cika ba. Kuma wannan jarabawar ba ƙarama ba ce, domin tunawa da abin da na saba da shi sau da yawa ya fi jan hankali fiye da gaskiyar abin da ke gabana yanzu.

Duk da haka yayin da nake la'akari da wannan, akwai wani abu a cikina da ya rage da na sani cewa ba zan iya komawa kamar yadda nake ba, domin ko da zan iya komawa waje, ba zan iya warware abin da na gani a ciki ba. Duk da cewa nauyin ya canza a yanayinsa, bai tafi ba, kuma fahimtar da ta zo mini ba ta bar ni in sake zama abin da na kasance a da ba tare da wata matsala ba.

A cikin wannan, na fara fahimtar cewa wahalar da na fuskanta yanzu ba alama ce ta cewa na bi hanyar da ba daidai ba, amma a ƙarshe na ɗauki ta gaske. Domin idan mutum ya fara motsawa da gaske, ba ya barin duk wata gwagwarmaya a baya, sai dai ya haɗu da ita a wani yanayi daban. Abin da a da yake ɓoye yana bayyana, abin da a da ake guje masa dole ne a fuskanta yanzu, kuma abin da a da ake jinkirtawa a da ake matsawa don warwarewa.

To me mutum zai yi, idan hanyar da ya yi imani za ta kawo shi gaba ta bayyana yadda bai shirya yin tafiya ba? Lokacin da farkon ya ji rashin tabbas fiye da abin da ya bari a baya? Lokacin da aka jarabce shi ba don tsohuwar hanyar ta yi daidai ba, amma saboda ta fi sauƙi? Waɗannan abubuwa ba sa warwarewa da sauri, amma suna bayyana ko mutum yana neman ta'aziyya ko gaskiya.

Don haka na ci gaba, kodayake ba tare da ɓata lokaci ba, na gano cewa hanyar gaba ba ta kawar da gwagwarmaya ba, amma tana buƙatar in ci gaba da ita. Domin hanyar, da zarar ta shiga, ba ta tsara kanta ga wanda ke tafiya da ita ba, amma tana tsara wanda ya ci gaba da ita. Kuma ko da yake ban sami kwanciyar hankali da nake so ba tukuna, na zo na ga cewa komawa baya ba zai dawo da ni ba, kuma dole ne a fuskanci duk abin da ke gaba yayin da nake ci gaba.

WURAREN CUTARWA

Tambayoyi don Kulawa da Gaskiya
Kada ka yi gaggawar yin waɗannan tambayoyin.
Bari su same ka a inda tsammani da gaskiya suka ci karo.

1. Shin ka taɓa ɗaukar matakin da ka yi imani da shi daidai ne—sai kawai ka ga cewa abubuwa sun yi tsauri, ba su yi sauƙi ba?
   Me ka yi tsammanin zai faru?
2. A ina motsi a rayuwarka ya fallasa raunin da ba ka gani ba yayin da kake tsaye a natse?
3. Ta waɗanne hanyoyi ka yi zaton cewa yin abin da ya dace zai kawo sauƙi ko haske nan take?
   Me ya faru maimakon haka?
4. Shin ka yi shakkar shawarar da ka yanke—ba don ba a fayyace ta ba, amma saboda ta zama da wahala?
   Me wannan wahalar ta sa ka yi shakka?
5. Wane "sauƙin" da ya gabata kake sha'awar komawa gare shi—ba don ya dace ba, amma saboda ya saba da shi?
6. Idan ka yi la'akari da komawa baya, me kake nema da gaske—gaskiya, ko taimako?
7. Me ya canza a cikinka wanda ya sa ba zai yiwu ka koma ga rayuwarka ta baya ba tare da rikici na ciki ba?
8. Ina kake ganin cewa gwagwarmaya ba alama ce ta gazawa ba—amma fallasa ce?
   Me ake bayyanawa?

9. Me ake nufi da ci gaba gaba—ba wai don yana da saufi ba, amma saboda ka san ba za ka iya komawa baya ba?

Jagorori Masu Saufi ga Mai Karatu

Farkon motsi sau da yawa yana kawo mamaki.
Abin da ake tsammanin zai kawo saufi
ya bayyana juriya maimakon haka.
Amma wahala ba koyaushe take nufin cewa kai ba daidai ba ne.
Wani lokaci yana nufin ba ka sake gujewa ba.
Ba a bufatar ka ji tabbas ba.
Ana bufatar ka ci gaba da gaskiya.
Domin da zarar ka gani a sarari,
dawowa ba za ta mayar da kai ba.
Kuma hanyar da za a bi, ko da yake tana da wahala,
watafila ita ce ta farko da ka bi ta gaskiya.

Babi na 10 — Muryoyin da ke Daɗin Daɗi Amma Suna Jawo Kuskure

Lokacin da Jagora ta Zama Hanya

Yayin da na ci gaba da wannan hanyar, kodayake ba tare da wahala ba, sai ga wasu shawarwari da shawarwari da suka zo mini, waɗanda da farko suka yi kama da sun taimaka mini daga matsin da nake ji a yanzu, kuma suka yi kama da sun gabatar da wata hanya ta gaba wadda ba ta bukatar rikici fiye da wanda nake ciki a yanzu. Waɗannan ba su zo a matsayin adawa a fili ba, amma a matsayin madadin da ya dace, ba wai suna magana a kan abin da nake nema ba, amma suna ba da shawarar wata hanyar cimma hakan.

Akwai muryoyi da suka yi magana game da yanayina ta hanyar da ta yi kama da ta fahimta, suna amincewa da nauyin da na ɗauka da kuma wahalar hanyar da na shiga, amma suna nuna cewa watakila na ɗauki kaina fiye da yadda ake bukata. Sun yi tunanin cewa akwai wata hanya mafi ma'auni, wadda ba ta bukatar irin wannan gaggawa ba, kuma ba ta matsa wa lamiri sosai ba, amma ta ba da damar yin tafiya a hankali da daidaito.

A wasu lokutan, nakan ji kamar ina son sauraro, domin waɗannan muryoyin ba sa mayar da ni ga abin da na bari ba, amma suna ba da hanyar da ta yi kama da za ta ci gaba, kodayake ba ta da tsanani. Sun yi magana game da daidaito, hakuri, rashin jin tsoro ko ƙarfi ya kai ni nesa, kuma a cikin wannan akwai wata irin hikima da ba a iya watsi da ita cikin sauƙi ba.

Duk da haka, duk da cewa ina tunanin waɗannan abubuwan, akwai wani yanayi na rashin kwanciyar hankali a cikina, domin duk da cewa abin da aka faɗa ya yi kama da mai ma'ana, bai magance nauyin da na ɗauka gaba ɗaya ba, kuma bai kawar da gaggawar da ta tilasta mini motsawa ba. Ya fi kwantar min da hankali fiye da yanayina, kuma duk da cewa ya ba ni sauƙi daga matsin lamba, bai kawo mini mafita ga abin da ke damuna ba.

Akwai kuma lokutan da nakan yi tunanin ko zan iya tsara hanyar da ta dace da kaina, in ɗauki abin da ya yi kama da taimako in ajiye abin da ya yi kama da mai wahala, ina tunanin cewa zan iya kaiwa ga wannan ƙarshen ta hanya mafi sauƙi. Kuma wannan tunanin ya kasance abin jan hankali, domin ya yi alƙawarin ci gaba ba tare da tsadar da na fara ji ba.

Amma yayin da na daɗe ina la'akari da waɗannan abubuwan da aka yi la'akari da su, na fara ganin cewa abin da aka bayar bai kai ni gaba ba, sai dai kaɗan a gefe, kuma duk da cewa bambancin da farko ya yi kama da ƙarami, ba zai ci gaba da kasancewa haka ba. Domin hanyar da ta fara da sulhu ba ta ƙarewa a wuri ɗaya da wadda ke buƙatar cikakken biyayya, kuma abin da aka samu cikin sauƙi a farko sau da yawa yakan ɓace a cikin gaskiya a ƙarshe.

To me mutum zai yi, idan muryoyin da yake ji ba sa kiransa baya, amma suna kai shi a hankali? Lokacin da kuskure ba ya bayyana a matsayin ƙarya, amma a matsayin wani abu da ya kusan daidai? Lokacin da ba a hana hanyar da aka sanya a gabansa ba, amma a hankali aka gyara ta har sai ta daina buƙatar abin da ta fara buƙata? Ba a iya gane waɗannan abubuwa cikin sauƙi, domin ba sa adawa a fili, amma suna shawo kansu da dabara.

A cikin wannan, na fahimci cewa ba dukkan jagora ne ke da aminci ba, kuma abin da ya yi daidai da sha'awata ba gaskiya ba ne. Domin idan na bi abin da ke sauƙaƙa mini maimakon abin da ke jagorance ni, zan iya samun kaina cikin kwanciyar hankali na ɗan lokaci, amma ba kusa da abin da nake nema ba. Kuma ko da yake irin wannan hanyar tana iya zama kamar mai laushi, ba ta cire nauyin ba, amma tana jinkirta nauyinta gaba ɗaya.

Don haka aka kawo ni wurin zaɓe, ba tsakanin abin da yake daidai da abin da ba daidai ba, amma tsakanin abin da yake gaskiya da abin da ya fi sauƙi, tsakanin abin da ya magance halin da nake ciki da abin da ya kwantar da hankalina. Kuma na ga cewa idan zan ci gaba da daidai, ba wai kawai dole ne in bar abin da na sani a baya ba, har ma in ƙi abin da ya yi kama da mai taimako amma bai kai ni gaba ba. Domin hanyar, ko da yake ta yi ƙunci, ba ta da tabbas—kuma barin ta, ko da kaɗan, yana nufin rasa fiye da yadda na fahimta da farko.

WURAREN CUTARWA

Tambayoyi don Kulawa da Gaskiya

Kada ku yi gaggawar waɗannan tambayoyin.
Bari su gwada abin da yake da ma'ana, ba kawai abin da yake a bayyane ba.

1. Wace ja-gora ce ka samu da ta yi kama da hikima—amma a hankali ta rage gaggawar abin da ka san ana buƙata?
2. A ina aka ba ka sigar biyayya mai sauƙi—wadda take jin daidaito, aunawa, kuma ba ta da wahala?
3. Me ya fi burge ka a yanzu: sassauci daga matsin lamba, ko magance matsalarka?
   Ka faɗi gaskiya game da bambancin.
4. Shin ka taɓa bin wani abu saboda ya ji kamar yana da ma'ana—ko da yake bai yi cikakken bayani game da abin da ka san gaskiya ne ba?
5. Ina kake sha'awar daidaita hanya—don kiyaye abin da ke da daɗi da kuma ajiye abin da ke da tsada?
6. Waɗanne muryoyi ne—na ciki ko na waje—ke ƙarfafa ka ka yi tafiya a hankali fiye da yadda gaskiya ke buƙata?
   Yaya suke sauti?
7. Idan wani abu ya ji "kusan daidai," ta yaya za ka gane ko da gaske yana haifar da ci gaba?

8. Wane ɓangare naku ne ya fi son jagora wanda ya dace da sha'awarku maimakon ya ƙalubalanci hakan?
9. Ina kake ganin ƙaramin sulhu yanzu zai iya kai ka ga barin hanya fiye da yadda kake tsammani?

Jagorori Masu Sauƙi ga Mai Karatu

Ba duk kuskure ne ke bayyana a matsayin adawa ba.
Wasu daga cikinsu suna zuwa a hankali—
daidaitawa, laushi, da kuma tura hanyar ba tare da sanar da kanta ba.
Kuma abin da ake ganin yana da ma'ana
ba koyaushe yake zama gaskiya ba.
Ba a buƙatar ka ƙi komai ba.
Ana buƙatar ka fahimta da kyau.
Domin ba sai an hana hanyar ba
kafin a canza ta.
Kuma abin da ya fara a matsayin ƙaramin karkacewa
ba zai ci gaba da zama ƙarami ba.

Babi na 11 — Hanya Mai Kunci Kadan Ne Suka Ci Gaba Da Tafiya

Yaƙe-yaƙen da aka ɓoye, asarar da ba a gani ba, da kuma ci gaban da ba a gani ba

Bayan na fuskanci ruɗani da muryoyi da yawa, kuma na fara fahimtar cewa ba duk abin da ya yi daidai ba ne, sai na sami kaina a kan wata hanya da, ko da yake ta fi bayyana a inda take, amma ba ta yi sauƙi ba a tafiyarta. Domin hanyar da ke gabana ba ta da faɗi, kuma ba ta cika da jama'a ba, amma ta yi kama da ƙunci kuma a wasu lokutan ni kaɗai, don haka ba zan iya dogara ga kasancewar wasu don tabbatar da cewa ina tafiya daidai ba.

Da farko, na yi tunanin cewa da zarar an sami hanyar da ta dace, za a sami wasu ƙarfafawa a kai, ko kuma aƙalla jin cewa ci gaba zai bayyana kuma ya ƙarfafa. Amma nan da nan na gano cewa wannan ba haka bane, domin ko da yake na ci gaba, ban taɓa ganin cewa na ci gaba ba, kuma ko da yake na yi aiki tuƙuru, ba koyaushe nake jin cewa na ci gaba ba. Hanyar tana buƙatar juriya, amma ba ta ba ta ladanta ta nan take ba.

Akwai lokutan da na nemi alamun da ke nuna cewa na kusa da abin da nake nema, amma ban sami wani abu da zan iya nuna shi da tabbas ba. Abin da na bari a baya a bayyane yake, amma abin da nake zama ba a san shi sosai ba tukuna. Kuma wannan ya haifar mini da wani rashin jin daɗi, domin ban sake zama kamar yadda na kasance ba, amma ban cika son zama ba.

A cikin wannan, na fara fahimtar cewa yawancin tafiyar ba ta da canji na waje, sai dai juriya ta ciki. Domin ko da yake ba wani abu da ya canza a kusa da ni, akwai ci gaba da matsa lamba na ci gaba da zama, kada in juya baya, kada in dawo, da kuma rashin yarda da abin da na riga na ƙi. Kuma wannan juriyar, ko da yake shiru ne, ba ta da tsada.

Akwai asara da ke zuwa da wannan hanyar, ba koyaushe a cikin abubuwan da aka gani ba, amma a cikin abubuwan da ake ji. Sauƙin da na taɓa samu ya ɓace, sabar da na taɓa hutawa a ciki ba ta sake riƙe ni ba, har ma jin daɗin tabbas ba koyaushe yake tare da ni ba. Na yi tafiya, ba koyaushe cikin haske ba, amma da wata irin buƙata da ba ta ba ni damar tsayawa ba.

A wasu lokutan, nakan yi la'akari ko ba zai fi kyau a huta ba, a tsaya a hanyar da ba ta buƙatar ƙoƙari akai-akai, ko kuma a zauna a wani wuri da ba shi da wahala. Duk da haka na ga cewa irin waɗannan tunanin ba su kai ni gaba ba, sai dai sun jarabce ni zuwa ga wani yanayi na natsuwa wanda ba na zaman lafiya ba ne, sai dai tsayawa cak. Domin hanyar da na bi ba ta bar ni in zauna ba tare da wani sakamako ba.

Abin da na fahimta shi ne cewa ta wannan hanyar, ko da yake ta yi ƙanƙanta, ba ta da tabbas, amma daidai take. Bai fadada don daidaita raunin da nake da shi ba, ko kuma ya daidaita kansa da abubuwan da na fi so, amma ya buƙaci in ci gaba da kasancewa a cikinta kamar yadda aka ba shi. Kuma ko da yake wannan ya yi kama da mai tsanani a wasu lokutan, na fara fahimtar cewa ƙanƙantawar ba don hana ni ba ne, amma don hana ni yawo.

To me mutum zai yi, alhali kuwa hanyar tana daidai, amma ba ta ba da ƙarfafawa sosai ba? Lokacin da ci gaba ba koyaushe ake gani ba, kuma ba koyaushe ake jin ƙarfi ba? Lokacin da dole ne ya ci gaba, ba don yana da tabbacin ci gabansa ba, amma saboda ya san ba zai iya komawa baya ba? Waɗannan abubuwa ba sa gwada abin da mutum ya sani ba, amma abin da zai yi idan sani bai isa ba.

Don haka na ci gaba, ba da tabbacin da na taɓa tsammanin zan samu ba, amma da kwanciyar hankali wanda aka samar da shi ta hanyar buƙata fiye da ji, kuma fiye da abin da ba zan iya musantawa ba fiye da abin da zan iya gani a sarari. Domin hanyar, kodayake mutane kaɗan ne suka bi ta, ba ta ci gaba da kasancewa ta hanyar farin ciki ba, amma ta hanyar ci gaba, kuma waɗanda suka ci gaba da tafiya suna yin hakan ba saboda sauƙi ba ne, amma saboda sun fahimci cewa babu wata hanya da za ta kai ga inda ya kamata su bi.

WURAREN CUTARWA

Tambayoyi don Kulawa da Gaskiya

Kada ku yi gaggawar waɗannan tambayoyin.
Bari su haɗu da ku a wuraren da ci gaba ba shi da tabbas.

1. A ina kake ci gaba a rayuwarka ba tare da wata alama da ke nuna cewa kana ci gaba ba?
   Me ya sa hakan ke da wahala a gare ka?
2. Har yaushe kake dogara ga ci gaba, sakamako, ko tabbaci da ake gani don ci gaba da jajircewa kan hanya?
3. Me ka bari a baya da ba za ka iya komawa gare shi ba—amma abin da ke gaba bai riga ya cika ba tukuna?
4. Ta waɗanne hanyoyi ne ake jarabtar ka ka auna girma ta hanyar abin da za ka iya gani ko ji kawai?
5. Waɗanne nau'ikan juriya masu natsuwa ne ke cikin rayuwarka a yanzu da za ka iya mantawa da su?
6. Me ka rasa—ba sosai ba, amma a hankali—yayin da kake ci gaba da tafiya?
   Sauƙi? Sanin kanka? Tabbatacce?
7. Idan ka yi la'akari da tsayawa ko daidaitawa, me kake nema da gaske—hutawa, ko sassauci daga matsin lamba?
8. Me zai sa a ci gaba—ba don kana jin ƙarfi ba, amma saboda ka san babu wata hanya?

9. Ina kwanciyar hankali ke tasowa a cikinka—ba ta hanyar farin ciki ba, amma ta hanyar ci gaba?

Jagorori Masu Sauƙi ga Mai Karatu

Ba duk ci gaba ake gani ba.
Akwai yanayi inda babu abin da ke motsawa,
duk da haka komai yana samuwa.
Hanyar ba koyaushe take tabbatar da kai yayin da kake tafiya ba.
Wani lokaci kawai tana buƙatar ka ci gaba.
Ba a buƙatar ka ji tabbas ba.
Ana buƙatar ka ci gaba.
Domin ba a samun juriya ta hanyar fahimta kawai ba,
amma ta hanyar fahimtar cewa komawa baya ba zai yiwu ba.
Kuma a cikin wannan ganewa,
wani nau'in ƙarfi daban ya fara samuwa.

Babi na 12 — Karshen da Ko Ka Isa Ko Ka Bari

Dalilin da Yasa Mutane Da yawa Suka Fara, Kadan Suka Ci Gaba, Kuma Kadan Suka Ci Gaba

Bayan na yi tafiya mai nisa, ta hanyar nauyi, tashi, wahala, da kuma bukatun hanya mai natsuwa, sai na fahimci cewa tafiyar da na shiga ba wadda za a iya ci gaba da ita ba ce ta hanyar farawa kadai, ko ta lokutan haske, ko ma ta lokutan karfi, amma tana bukatar ci gaba da mutane da yawa ke magana a kai, amma kadan ne ke ci gaba da ita. Domin abu daya ne a fara a kan hanya, wani kuma a ci gaba da ita har zuwa karshenta.

Da farko, sau da yawa akwai wani irin gaggawa da ke daukar mutum gaba, musamman lokacin da aka ga sabon nauyin kuma bukatar canji ta matsa masa lamba sosai. A irin wannan yanayi, motsi yana zuwa cikin sauki, kuma yanke shawara, kodayake yana da tsada, ya zama dole. Amma yayin da lokaci ke wucewa, kuma karfin farko na wannan gaggawar ya fara daidaitawa, wani nau'in kalubale ya taso - ba a farko ba, amma a ci gaba.

Domin hanyar ba ta takaita kanta ba saboda mutum ya yi tafiya a kanta na dan lokaci, kuma ba ta rage bukatunta ba saboda mutum ya riga ya biya wasu kudade. Tana nan kamar yadda take, tana bukatar daidaito iri daya, kin juyawa gefe daya, da kuma irin son ci gaba, ko da lokacin da dalilin farawa ba a sake jin irin wannan karfin ba.
Akwai mutane da yawa da suka zo nan, wadanda suka gani a sarari, wadanda suka fara da gaskiya, kuma har ma suka daure na dan lokaci, amma ba sa ci gaba har zuwa karshe. Ba wai don ba su sani ba, ko kuma don ba su iya ba na dan lokaci,

amma saboda dagewar da ake buƙata daga gare su bai yi daidai da abin da suke so su ci gaba da yi ba. Domin hanyar ba wai kawai tana buƙatar mutum ya bar abin da yake riƙe da shi a da ba, har ma ya ci gaba da barin abin da ke faruwa a lokacin tafiyar da kanta.

A wasu lokutan, jaraba ba wai a dawo a fili ba ne, sai dai a rage gudu a hankali, a rage gudu, a rage buƙatun, a kuma daidaita zuwa wani nau'in tafiya da ya bayyana yana ci gaba, amma ba a ci gaba da matsawa gaba ba. Kuma wannan ba a iya gane shi da sauƙi ba, domin a zahiri mutum yana iya bayyana a kan hanya, amma a ciki ya daina bin abin da ya fara tilasta masa.
Akwai kuma waɗanda suka fara tunani a cikin kansu cewa abin da suka riga suka yi ya isa, cewa nisan da suka yi ya ba su uzuri daga abin da ya rage, ko kuma cewa kuɗin da suka biya yana ba su damar hutawa a inda suke. Kuma a cikin wannan, suna musanya ci gaba da tunawa, suna rayuwa akan abin da aka yi maimakon matsawa zuwa ga abin da ke gabansu.

Amma hanyar ba ta gane abin da aka yi a madadin abin da dole ne a yi ba. Ba ta karɓar farawa maimakon ƙarshe, ko ƙoƙari maimakon juriya. Yana buƙatar mutum ya kasance, ba lokaci-lokaci ba, ko lokacin da ya dace da shi, amma gaba ɗaya, har zuwa ƙarshe. Kuma wannan, kodayake an faɗi a sarari, ba a rayuwa cikin sauƙi ba.

To me mutum zai yi, idan tafiyar ba ta ɗauke shi ba, amma dole ne ya ci gaba da tafiya? Lokacin da dalilan da suka motsa shi a da ba a sake jin su da irin wannan ƙarfin ba? Lokacin da dole ne ya ci gaba, ba don yana cikin damuwa ba, amma saboda ya sani? Waɗannan abubuwa suna raba waɗanda ke sha'awar hanyar daga waɗanda ke tafiya a cikinta.

Domin a ƙarshe, ba a samun bambanci a cikin wanda ya fara da gaskiya ba, ko kuma a cikin wanda ya fi fahimtar abin da ya fi fahimta, ko ma a cikin wanda ya ji zurfin imani, amma a cikin wanda ya rage. Kuma kasancewa ba aiki bane da zarar an yi shi, amma yanayi ne da ake zaɓa akai-akai, sau da yawa ba tare da sanarwa ba, kuma ba tare da an gane shi ba.

Don haka na fahimci cewa tafiyar da ke gabana ba za ta ƙare da ƙarfin farko ba, ko kuma ta hanyar fahimta mai kyau, amma ta hanyar ci gaba da mika wuya ga hanyar da kanta, ko da lokacin da ba ta ba ni dawowa nan take ba. Gama ba waɗanda suka fara ba ne za su isa ƙarshen, amma waɗanda ba su juya baya ba, kuma ko da yake mutane da yawa sun juya zuwa gare shi, waɗanda suka ci gaba ne kawai za su isa inda suka fara niyyar zuwa.

WURAREN CUTARWA

Tambayoyi don Kulawa da Gaskiya

Kada ka yi gaggawar yin waɗannan tambayoyin.
Bari su bincika ba yadda ka fara ba—amma yadda kake ci gaba.

1. A ina ne a rayuwarka ka fara da gaggawa—amma yanzu ka ci gaba da ƙarancin ƙarfi?
   Me ya canza?
2. Me kake dogara a kai a yanzu—shawarwari na baya, ko ci gaba na yanzu?
3. Shin ka rage saurin neman abin da kake yi—ba ta hanyar tsayawa ba, amma ta hanyar rage abin da ake buƙata?
   Ina aka rage matsin lamba a hankali?
4. Ta waɗanne hanyoyi kake ganin abin da ka riga ka yi ya isa?
   Me ya rage da ba ka ci gaba da nema ba?
5. Ina kake kiyaye bayyanar motsi, yayin da kake zama a ciki?
6. Waɗanne sabbin abubuwa ne suka taso a cikin tafiyar da ake buƙatar a bar su a baya—amma har yanzu ba ku sake su ba?

7. Idan kwarin gwiwa ya ɓace, me ya rage don ci gaba da ci gaba?
   Me kuke dogara da shi a zahiri?
8. Mene ne bambanci, a rayuwarka a yanzu, tsakanin sha'awar hanyar da kuma bin ta gaba ɗaya?
9. Idan ci gaba—ba farko ba—shine ke tantance ƙarshen, me ya kamata ka sake zaɓa a yau?

Jagorori Masu Sauƙi ga Mai Karatu

Farkon yana ɗauke ka na ɗan lokaci.
Amma ƙarshen ba a cimma shi da abin da ya fara ba—
abin da ya rage shi ne a cimma shi.
Babu gajerun hanyoyi a wannan matakin.
Babu maye gurbin ci gaba.
Ba a buƙatar ka ji yadda kake ji a da ba.
Ana buƙatar ka ci gaba da kasancewa a inda kake a yanzu.
Domin hanyar ba ta tambaya ko ka fara da kyau ba.
Yana bayyana ko ka tsaya.
Kuma a cikin aikin ci gaba da shiru na yau da kullun,
ko dai ƙarshen ya kusanto—ko kuma a hankali aka yi watsi da shi.

GABATARWA GA TAFIYAR KWANA 40

Lokacin da Hanya Ta Zama Ta Kanmu

Akwai lokacin da labari ba zai iya ci gaba da zama labari ba—ba wai saboda ya canza a siffarsa ba, amma saboda ya fara matsa wa wanda ya karanta shi. Abin da aka taɓa gani daga nesa ya fara kusantowa, kuma abin da aka fahimta a hankali a da ya fara bukatar wani abu fiye da yarjejeniya. Yana bukatar motsi. Har zuwa wannan lokacin, kun yi tafiya a cikin rayuwa da duniyar ciki ta John Bunyan, ba a matsayin mai kallo kaɗai ba, amma a matsayin wanda ya fahimci, a wurare daban-daban, wani abu na yanayin ku da ke nuna a cikin nasa.
Kun ga rashin natsuwa da ba za a iya gamsuwa da shi ba, sanin da ba zai yi shiru ba, tsoro da ya zama na mutum, ƙoƙarin da ba zai iya samar da zaman lafiya ba, da kuma tunanin da ya zama fagen fama. Kun bi shi zuwa wurin da haske ya maye gurbin rudani, inda nauyin ya bayyana, inda motsi ya fara, inda hanyar ta yi wahala, inda muryoyi suka yi ƙoƙarin mayar da shi baya, kuma inda ci gaba ya fi muhimmanci fiye da farawa. Kuma idan kun bi a hankali, za ku gane cewa wannan ba labarinsa kawai ba ne - tsari ne.
Abin da ke biyo baya yanzu ba faɗaɗa labarin ba ne, amma gayyata ce a ciki. Nan ne tazara tsakanin mai karatu da wanda ake magana a kai ta faɗi. Ba a sake tambayarka ka fahimci tafiyar ba—ana shigar da kai cikinta. Ba duka a lokaci guda ba, kuma ba fiye da abin da za ka iya ɗauka ba, amma mataki-mataki, ta hanyar da za ta bukaci kulawarka, gaskiyarka, da kuma shiga cikinta.
Wannan tafiya ta kwanaki 40 an tsara ta ne, ba don sanar da kai ba, amma don samar da kai. Tana tafiya ta matakai biyar daban-daban, kowanne yana ginawa a kan na ƙarshe, kowanne yana fallasa wani abu da ake bukata, kuma

kowannensu yana bukatar wani abu daban daga gare ka. Wadannan matakai ba rarrabuwar kawuna ba ne, amma suna nuna yadda canji na gaske ke faruwa—a hankali, sau da yawa a hankali, kuma ba tare da juriya ba.

Mataki na farko shine **Farkawa** , inda nauyin ya zama abin da ba za a iya musantawa ba. A nan, ba za a nemi ka canza nan take ba, amma ka gani a sarari. Mutane da yawa suna kokarin ci gaba ba tare da sun fara yarda da kansu su fahimci yanayin da suke ciki ba, kuma ta yin hakan, suna ci gaba da abin da ya kamata a fuskanta. A wadannan kwanakin farko, ba a mai da hankali kan aiki ba, amma a kan wayar da kan jama'a—gaskiya, ba tare da kariya ba, kuma ba tare da katsewa ba.

Daga nan, tafiyar za ta koma **Rabuwa** , inda abin da ba zai iya biyo baya ba dole ne a bar shi a baya. Nan ne motsi ya fara, amma ba tare da kudi ba. Za ku gamu da juriya - daga ciki da kuma daga waje - kuma za ku fara ganin cewa ba koyaushe wadanda ke kewaye da ku ke tabbatar da biyayya ba. Wannan matakin zai bukaci yanke shawara wadanda ba za a iya jinkirtawa ba da kuma bayyanannun ra'ayoyi wadanda ba za a iya aro ba.

Mataki na uku shine **Rikici** , inda juriyar da ba ku yi tsammani ba ta fara bayyana. A nan, gwagwarmayar ta zama mafi bayyana. Shakku, karaya, da adawa suna fitowa fili, kuma abin da a da ake jin tabbas ba zai iya zama kamar haka ba. Wannan ba gazawa ba ne - fallasa ne. Abin da ke cikin ku zai bayyana, kuma za a bukaci ku ci gaba, ba don kuna jin karfi ba, amma saboda kun san ba za ku iya komawa baya ba.

Sai kuma **Tsarin Halitta** , inda abin da aka fallasa ya fara sake fasalinsa. Wannan yana da jinkiri, ba a iya gani sosai, kuma sau da yawa ba shi da ban mamaki fiye da abin da ya gabata. A nan ne tarbiyya ta fara tushe, asali ya fara canzawa, kuma daidaito ya maye gurbin karfi. Mutane da yawa suna watsi da wannan matakin saboda ba shi da gaggawa, amma a nan ne ake samun kwanciyar hankali kuma abin da ke na dan lokaci ana maye gurbinsa da abin da zai iya jurewa.

Mataki na karshe shine **Juriya da Zuwa** , inda ba wai kawai ake ci gaba da tafiyar ba, har ma ana kammala ta. Nan ne mutane da yawa ke suma—ba a farko ba, har ma kusa da ƙarshe. Gajiya ta fara, sabawa tana rage gaggawa, kuma jarabar sulhu ta zama a ɓoye. Duk da haka a nan ne ake samun bambanci, domin ba a auna hanyar da yadda aka fara ta ba, amma ta ko an gama ta.

Yayin da kake shiga wannan tafiya, dole ne ka fahimci wannan: ba ana buƙatar ka karanta gaba ba, ka yi sauri, ko kuma ka tara fahimta. Ana buƙatar ka yi tafiya—a hankali, da gangan, da gaskiya. Kowace rana ba aiki ne da za a kammala ba, amma mataki ne da za a ɗauka. Kuma kowane mataki, idan aka ɗauka daidai, zai buƙaci wani abu daga gare ka—ba a waje da farko ba, amma a ciki, inda ainihin aikin ya fara.

Kada ka yi tunanin wannan a matsayin abin da ba a saba gani ba. Kada ka yi zaton cewa sanin yaren ruhaniya zai taimaka maka. Kada ka yi ƙoƙarin ci gaba da kasancewa tare da kai yayin da kake hulɗa da abin da ake nufi da canza ka. Ingancin wannan tafiya ba zai dogara ne da yawan karatun da kake yi ba, amma ta hanyar yadda kake hulɗa da abin da ke gabanka da gaske.

Domin abin da ke gaba ba wai kawai ibada ba ce—tafarki ce. Kuma da zarar ka fara tafiya da gaskiya, za ka ga cewa ba zai bar ka inda ya same ka ba.

Ba a buƙatar ka fahimci komai tukuna.

Amma ba a sake ba ka damar ci gaba da kasancewa ba tare da wani canji ba.

YADDA AKE AMFANI DA WANNAN LITTAFIN

Ga daidaikun mutane da kungiyoyi
Wannan ba littafi ne da za a yi gaggawa ba.
Tafiya ce da za a yi tafiya da ita.
Ba a tsara shi don bayanai ba, amma don tsari.
Ba don tarawa ba, amma don daidaitawa.
Ba a yi nufin ka kammala shi ba.
An yi nufin ka **shiga cikinsa** .

1. AMFANI DA WANNAN LITTAFIN A MATSAYIN MUTUM

Ana nufin wannan tafiya ta kasance a hankali, gaskiya, kuma ba tare da wani aiki ba.

A. Sautin Kullum (Minti 15-30)

Kowace rana ba aiki ne da za a kammala ba, amma sarari ne da za a shiga.

1. Karanta A Hankali

Kada ka yi kasa a gwiwa. Ka dage da kalmomin har sai sun daidaita.

2. Shiga Lokacin

Kada ka tsaya a waje da rubutun. Bari abin da Bunyan ya fuskanta ya zama madubi. Ka lura da abin da ke tasowa—tsayayya, ganewa, ko rashin jin dadi.

3. Zauna Da Tambayoyi

Kada ka yi gaggawar amsawa. Wasu tambayoyi an yi su ne don su biyo ka a duk tsawon yini.

4. Yi Aikin

Kowace rana tana dauke da karamin aikin biyayya. Yi shi a hankali. Bari ya siffanta ka ba tare da sanarwa ba.

5. Yi Addu'a Kawai

Addu'o'in ba a yi su don burgewa ba. An yi su ne don daidaita su. Yi amfani da su, ko kuma ka bar su su bude kalmominka a gaban Allah.

B. Matsayin Tafiya

Domin wannan littafin ya yi aikinsa:

- Karanta **rana ɗaya bayan ɗaya kawai**
- Kada ku ci gaba don gamsar da son sani
- Kada ku nemi abubuwan da suka shafi motsin rai—ku nemi daidaito
- Kada a yi rubutu fiye da kima—biyayya ta fi muhimmanci fiye da fahimta

Wannan tafiya tana aiki mafi kyau idan aka yi la'akari da ita da kamewa.

C. Lokacin Dakatarwa

Idan rana ta fallasa wani abu mai zurfi—juriya, yakini, ko gajiya:

- Zauna tare da wannan ranar na ƙarin sa'o'i 24-48
- Sake duba tunani
- Maimaita aikin
- Bari gaskiya ta daidaita kafin a ci gaba

Tsarin ba layi ba ne.

Kada ku yi gaggawar abin da ke aiki a ƙarƙashin ƙasa.

2. AMFANI DA WANNAN LITTAFIN A CIKIN SIFFA TA KUNGIYAR

Ana iya tafiya tare da wannan tafiya—amma dole ne a kasance da gaskiya.

Wannan ba ƙungiyar bincike ba ce.

Yanayi ne na **kafa ƙungiya** .

A. Girman Rukuni Mai Kyau

- Mutane 4-8 sun fi kyau
- Kananan iyakoki zurfin da aka raba
- Manyan ƙungiyoyi galibi suna rage gaskiya

B. Sautin Mako-mako da aka Ba da Shawara

Maimakon haɗuwa kowace rana:

- Kowane mutum yana kammala karatun yau da kullun daban-daban
- Kungiyar tana haɗuwa sau ɗaya a mako
- Ana barin wata rana a buɗe don hutawa ko tunani

Wannan yana ba da damar rayuwa ta gaskiya **a ɓoye** kuma **a sarrafa ta tare** .

C. Tsarin Taro na Kungiya (Minti 60–90)

1. Buɗewar Hankali (minti 5)

Babu sabuntawa. Babu tattaunawa. Bari ɗakin ya zauna.

2. Raba Tunani (minti 30)

Kowane mutum zai amsa kawai:

- Me ya hana ni a wannan makon?
- Me aka bayyana mini?

Babu gyara.
Babu koyarwa.

3. Fahimta (minti 20)

Karanta zaɓaɓɓun sassa da babbar murya. Tambayi:

- Me ake ƙirƙirawa?
- Me ake buƙata?

4. Addu'a (minti 15)

Yi addu'a don daidaitawa, ba don jin daɗi ba. Ka kasance mai sauƙi da gaskiya.

D. Yarjejeniyar Kungiya (Muhimman)

Domin kare mutuncin tafiyar:

- Babu gyara juna
- Ba a koyarwa sai dai idan an gayyace shi
- Babu shawara sai dai idan an buƙata
- Babu rabawa a wajen rukunin
- Babu kwatance

Wannan ba wuri ne da za a burge ba.
Wuri ne da za a kafa.

3. AMFANI DA WANNAN LITTAFIN DON ALMAJIRA DA JAGORANCI

Wannan tafiya ta musamman ta dace da:

- Kungiyoyin jagoranci
- Kungiyoyin almajiranci
- Shugabanni masu tasowa
- Wadanda ke shiga cikin babban nauyi

A. Mayar da Hankali kan Jagoranci

Kula da yankunan da ke fallasa:

- Sarrafa
- Ganuwa
- juriya
- Biyayya mai natsuwa

Wannan littafin ya ƙunshi **halaye kafin ya zama mai ƙarfi** .

B. Matsayin Mai Gudanarwa

Idan kana jagorantar wasu:

- Kada ka mamaye sararin samaniya
- Kada ku yi gaggawar aiwatar da aikin
- Ku bar shiru
- Kare gaskiya

Ba kai ne muryar ƙungiyar ba.
Kai ne **mai kula da muhalli** .

4. MENENE WANNAN LITTAFIN — KUMA BAI YI BA

Wannan littafin shine:

- Tafiya ta hanyar farkawa, gwagwarmaya, da ci gaba
- Madubi don rayuwar ciki
- Jagora zuwa ga biyayyar rayuwa
- Hanyar samuwar

Wannan littafin ba:

- Ibada mai sauri
- Tsarin tauhidi
- Shirin ƙarfafa gwiwa
- Kwarewa a fannin karatu a matakin saman

An tsara shi ne don **ya yi aiki a kanka** , ba wai kawai ya yi magana da kai ba.

5. KALMA TA KARSHE KAFIN KA FARA

Ba a tambayarka ka yaba da tafiyar ba.
Ana gayyatarka ka yi tafiya da shi.
Karanta a hankali.
Kada ka yi aiki. Kada ka yi gaggawa.
Abin da kake ɗauka zai bayyana sarai.
Abin da ya rage zai bayyana sarai. Abin da ya kamata a
fuskanta ba zai kasance a ɓoye ba.
Kuma da lokaci, abin da ya fara da karatu
zai zama abin ganewa.
Kuma abin da ya zama gane kai
zai fara neman amsa.
Tafiyar ba ta fara ba idan ka fahimta.
Yana farawa
lokacin da ba za ka iya sake yin watsi da shi ba.

MATAKI NA 1 — Farkawa (Kwanaki na 1–8)

Nauyi, sani, tashin hankali, amincewa

KWANA TA 1 — Nauyin da Ba Za Ka Iya Barin Ba

Lokacin da Sanin Wayo Ya Ki Yin Shiru

"Na ji kamar yanayina ya yi muni sosai... domin na ji tsoron cewa wannan mugun zunubi nawa zai zama zunubin da ba za a iya gafartawa ba."
- *John Bunyan, Grace Abounding*

Akwai lokacin da Bunyan ba zai iya ci gaba da rayuwa kamar yadda yake yi a da ba. Babu wani abu da ya canza a waje nan take—har yanzu yana rayuwa, yana magana, kuma yana motsawa kamar da—amma a ciki, wani abu ya canza. Abin da ya taɓa yin watsi da shi ya fara damun sa. Abin da ya taɓa yin watsi da shi ya fara dawowa. Kuma abin da ya taɓa ɗauka da sauƙi ya fara matsa masa da nauyi.
Bai fara da fahimta ba.
Ya fara da rudani.
Da farko, ba a ma fahimci shi sosai ba. Yana da ma'ana—sani ba tare da ƙuduri ba. Sanin cewa wani abu a cikinsa ba daidai ba ne, kodayake bai iya bayyana shi sosai ba tukuna. Kuma wannan sanin bai bar shi ba. Ya biyo shi. Ya katse shi. Ya dawo lokacin da ya yi ƙoƙarin wuce shi.
Nan ne kowace tafiya ta gaskiya ta fara.
Ba lokacin da komai ya bayyana ba.
Ba lokacin da komai ya yanke shawara ba. Amma lokacin da wani abu ya ƙi yin shiru.
Za ka iya sanin wannan lokacin.
Ba kamar wani abu mai ban mamaki ba, amma wani abu mai dorewa. Rashin kwanciyar hankali. Jin cewa wani abu a rayuwarka bai daidaita ba. Cewa ana jure wani abu da bai kamata ya kasance ba. Cewa an daɗe ana jinkirta wani abu.

Kamar Bunyan, ƙila ba ka san abin da za ka yi da shi ba tukuna.
Kuma haka jarabawar take:

- wuce shi
- zauna a shagaltu
- rage muhimmancinsa
- ko kuma yi alƙawarin magance shi daga baya

Amma Bunyan bai iya tserewa daga gare ta ba.
Kuma kai ma ba za ka iya ba—idan kana da gaskiya.
Domin da zarar wayar da kan jama'a ta yi ƙarfi, ba za a ƙara yin hakan ba.
Gayyata ce—ko gargaɗi.
Hadarin ba wai jin haka bane.
Hadarin shine ka yi shiru kafin ya yi magana sosai.

Tambayoyin Tunani

- Me ke damuna a hankali wanda ban taɓa fuskanta gaba ɗaya ba?
- Ina nake jin tashin hankali da nake ci gaba da turawa gefe?
- Me na riga na sani—amma ban amsa ba?
- Me na daidaita wanda bai kamata ya sake jin kamar na al'ada ba?
- Idan na daina shagaltuwa da kaina, me zai faru a fili?

Zurfin Tunani

Bunyan bai fara da canza rayuwarsa ba.
Ya fara ne da **rashin iya yin watsi da ita** .
A nan ne ake kawo ku a yau.
Ba don gyara ba.
Ba don warwarewa ba. Amma don **gani ba tare da katsewa ba** .
Tambayi kanka:

Shin da gaske na bar kaina in ji nauyin abin da na sani?
Ko kuma
Shin na daɗe ina sarrafa shi don kada in fuskanci hakan?

Sanin kai ba wai sauyi ba ne tukuna.
Amma idan ba tare da shi ba, sauyi ba ya farawa.

Tsarin Aiki (A yau kaɗai)

1. **Yi shiru da gangan (minti 10-15)**
   Cire duk wani abu da ke ɗauke da hankali.
2. **Rubuta wannan jumlar kuma ka kammala ta da gaskiya:**
   "Abin da ba zan iya sake yin watsi da shi ba shine..."
3. **Kada ka sassauta amsarka**
   Babu bayani. Babu hujja.
4. **Sake duba shi daga baya a yau**
   Karanta shi—a hankali. Bari ya kasance ba a warware shi ba.

Addu'a

Ya Ubangiji,
na koyi yadda zan rayu a kan abin da ya kamata in fuskanta.
Na yi shiru game da abin da ya kamata in faɗa kuma na jinkirta abin da na riga na sani.
A yau, ba zan juya baya ba.
Ba zan rage abin da na gani ba.
Ka ba ni ƙarfin hali na fuskanci gaskiya ba tare da kariya ba, da kuma gaskiya don in ci gaba da kasancewa a inda kake magana.
Bari abin da ya fara a yau ya kasance tare da ni—
har sai na shirya don amsawa.
Amin.

KWANA NA 2 — Lokacin da Al'ada Ta Daina Jin Al'ada

Rushewar da Ba Za Ka Iya Dawowa Ba

"Na fi ƙyama a idanuna fiye da ƙwari... kuma na yi tunanin haka nake a idanun Allah ma."
- *John Bunyan, Grace Abounding*

Bayan Bunyan ya fahimci halin da yake ciki, wani abu mai zurfi ya fara faruwa—rayuwarsa ta yau da kullun ba ta sake jin kamar ta zama ta yau da kullun ba.
Abubuwa iri ɗaya da ya taɓa yi ba tare da tunani ba yanzu sun dame shi.
Kalmomin da ya taɓa yi a da suna 'yanci yanzu sun dawo masa. Rayuwar da ya taɓa yi cikin kwanciyar hankali yanzu ta yi kama da ba daidai ba.
Babu wani abu da ya canza a waje.
Amma a ciki, komai ya canza.
Wannan shine mataki na gaba na farkawa.
Sanin kai ba ya tsayawa.
Yana fara sake **tsara fahimta** .
Abin da a da ake jin an yarda da shi a da yana fara jin nauyi.
Abin da a da ake jin ba shi da wani amfani a da yana fara jin kamar an fallasa shi. Abin da a da ake jin kamar "rayuwa kawai" yana fara jin kamar wani abu da ba zai iya ci gaba da canzawa ba.
Bunyan bai zama wani mutum ba kwatsam a waje.
Ya zama mutum wanda ba zai iya yin watsi da abin da yake gani a ciki ba.
Kuma wannan ya sa rayuwarsa ta baya ba za ta jure ba—ba wai don ta canza ba,
amma saboda **ya canza yadda yake ganinta** .
Kana iya shiga wannan wuri.

Ina:

- tattaunawa suna jin daban
- halaye suna jin rashin daɗi
- Muhalli suna jin kamar ba daidai ba ne
- kuma abubuwan da ka taɓa ba da hujja a baya yanzu suna damun ka

Wannan ba rudani ba ne.
Wannan fahimta ce **ke kawo cikas ga sanin juna** .
Kuma ga inda mutane da yawa ke komawa baya.
Ba wai don sun yi kuskure ba ne—
amma saboda wannan matakin ba shi da daɗi.
Domin yanzu:
ba za ka iya jin daɗin abin da ka taɓa yi ba amma har yanzu ba ka shiga wani sabon abu ba tukuna
Kana tsakanin.
Kuma jarabawar tana da ƙarfi:

- don yin shiru game da rashin jin daɗin
- komawa ga shagala
- don yin kamar babu abin da ya canza
- don tilasta rayuwa ta koma cikin abin da take

Amma Bunyan bai iya komawa "kamar yadda ya saba ba."
Domin da zarar an ga wani abu,
ba za a iya ganinsa ba.

Tambayoyin Tunani

- Me a rayuwata ba ta sake jin "al'ada" kamar yadda take yi a da?
- Me nake ci gaba da yi wanda ba ya tare da ni?
- Ina nake jin juriya ta ciki yayin abubuwan da na taɓa jin daɗi a da?
- Wadanne yanayi, halaye, ko tattaunawa ne yanzu ake jin ba daidai ba?
- Me nake ƙoƙarin tilastawa komawa cikin jin daɗi?

Zurfin Tunani
Bunyan bai rasa ransa ba.
Ya rasa **jin daɗinsa a ciki** .

Kuma wannan asara ta zama dole.
Domin sauyi ba ya farawa ne
lokacin da rayuwa ta canza a waje - yana farawa ne lokacin da **ba za ka iya sake rayuwa a ciki ba** .
Tambayi kanka:
Shin ina ƙoƙarin kiyaye ta'aziyya ne… ko kuma in mayar da martani ga gaskiya?

Idan gaskiya ne, wane ɓangare na "al'ada" na ya riga ya karye?

Tsarin Aiki (A yau kaɗai)

1. **Gano wani yanki na rayuwarka wanda ba ya jin daidai.**
   Ka kasance takamaiman (halayya, dangantaka, hali, muhalli).
2. **Rubuta wannan a sarari:**
   "Wannan ba ya dace da wanda nake zama ba..."
3. **Kada ku canza shi tukuna**
   Yau ba don aiki ba ne—ana yi ne don **ganewa**
4. **Ka lura da ranarka a hankali**
   Lura:
   - inda rashin jin daɗi ke ƙaruwa
   - abin da ke haifar da shi
   - abin da kuke ƙoƙarin gujewa

Addu'a
Ubangiji,
abin da a da yake jin kamar al'ada ba ya sake zama a cikina.
Kuma yanzu na ga cewa wannan ba rudani ba ne—Kai ne ke sanar da ni.
Ka taimake ni kada in gudu zuwa ga abin da na girma.
Ka taimake ni kada in yi shiru game da abin da kake bayyanawa.
Ka ba ni ƙarfin gwiwar ci gaba da kasancewa cikin wannan tashin hankali
ba tare da guje masa da sauri ba.

Bari abin da bai dace ba
ya jagorance ni zuwa ga abin da yake gaskiya.
Amin.

KWANA NA 3 — Muryar da Ba Za Ka Iya Yi Shiru Ba

Lokacin da Hukuncin Ya Ki Barin Ka Kai kaɗai

"Zunubina zai kama ni ya durƙusa ni, sai in yi kuka in yi addu'a... amma sai in sake yin zunubi, in karya zaman lafiyata."
- *John Bunyan, Grace Abounding*

Gwagwarmayar Bunyan ba ta ci gaba da kasancewa a matsayin sani na gaba ɗaya ba. Ya zama na musamman, na sirri, kuma mai ɗorewa. Abin da ya fara a matsayin rikici mai natsuwa yanzu ya ɗauki tsari da alkibla. Ba wai kawai wani abu ba daidai ba ne. Wani abu a cikinsa ne ya fara magana—kuma ya yi magana a sarari.

Wannan muryar ba ta fito daga waje ba, sai dai a ciki, inda ba za a iya kauce mata cikin sauƙi ba. Wasu ayyuka ba sa wucewa ba tare da wani sakamako ba. Wasu tunani ba sa ɓacewa da zarar sun yi nishaɗi. Wasu lokutan suna dawowa gare shi akai-akai, suna matsa masa da nauyi wanda bai ragu ba akan lokaci. Kuma da zarar ya yi ƙoƙarin wucewa da su, sai su dawo da ƙarfi mai yawa.

Wannan shine abin da imani ke yi. Ba ya zama abin da ba a fayyace ba. Ba ya warwatsewa a kan komai. Yana dogara ne akan wani abu—kuma yana ƙin barin shi shi kaɗai.

Bunyan ya tsinci kansa cikin wani yanayi da ba zai iya karya shi ba. Zai ji nauyin abin da ya yi, ya amsa cikin addu'a ko ƙuduri, kuma na ɗan lokaci, ya yi imani cewa wani abu ya canza. Duk da haka, jim kaɗan bayan haka, zai koma ga irin wannan yanayin, kuma da wannan dawowar sai aka sami babban rikici. Ba don bai sani ba, amma saboda yanzu ya san sosai - kuma bai canza ba tukuna.

Muryar ba ta ɓace a cikin jinkirinsa ba. Ta ƙara kaifi.
Za ka iya gane wannan tsari a rayuwarka. Akwai abubuwan da ke komawa ga tunaninka ba tare da gayyata ba. Lokutan da ke katse maka hankali lokacin da kake kaɗai. Fahimta da ke tasowa lokacin da komai ya yi tsit. Za ka iya tura su gefe a rana, amma suna dawowa lokacin da kake rage gudu. Ba wai bazuwar ba - amma akai-akai.

Za ka iya shagala da kanka na ɗan lokaci. Za ka iya bayyana abubuwa. Za ka iya yin alƙawarin magance su daga baya. Amma ba zai tafi ba.

Domin kuwa ba a nan ne za a hukunta ka nan take ba. Yana nan ne don hana ka yarda da abin da ba daidai ba. Ba maƙiyinka ba ne. Katsewarka ce.
Kuma a nan ne tashin hankalin ke ƙara tsananta.

Ba ka san komai ba. Ba wai kawai kana jin rashin jin daɗi ba ne. Yanzu ana yi maka magana kai tsaye, musamman, kuma akai-akai. Kuma abin da ake yi maka magana ba na gama gari ba ne. Na sirri ne.

Nan ne mutane da yawa suka fara taurarewa—ba a waje ba, amma a ciki. Ba ta hanyar ƙin gaskiya a fili ba, amma a hankali ta hanyar saba da yin watsi da ita. Muryar ta kasance, amma martanin yana raguwa. Sanin ya ci gaba, amma gaggawar ta shuɗe.

Bunyan ya rayu a wannan wuri na ɗan lokaci—yana da sani, yana jin daɗi, amma bai yarda da hakan ba.
Kuma a nan ne ainihin haɗarin yake.

Tambayoyin Tunani

- Wane takamaiman batu ne ke ci gaba da dawowa a raina akai-akai?

- Me nake ji a fili yana sa ni—amma ina ci gaba da jinkirtawa?
- Ina imani ya fi daidaito a rayuwata a yanzu?
- Me nake yi nan da nan bayan an tabbatar da laifina—amsa, yin watsi da shi, ko kuma ba da hujja?
- Me na fara jurewa da zan taɓa magancewa a da?

Zurfin Tunani
Fafutukar Bunyan ba wai rashin sanin yakamata ba ce, a'a, yana da wayewa ba tare da cikakken amsa ba.
Jinkiri ne matsalar.

Akwai wani abu a rayuwarka wanda ba a fayyace shi ba.
Watakila ba zai zama da sauki a fuskanta ba, amma ba a fayyace shi ba. Ka san daga ina matsin lambar ke fitowa. Ka san abin da ke ci gaba da bayyana. Ka san abin da ba a warware ba.
Tambayar ba wai ko yana nan ba ne.
Tambayar ita ce ko kana mayar da martani gare ta—ko kuma kana saba da yin watsi da ita.

Tsarin Aiki (A yau kawai)
A yau za ka iya lura da martaninka ga abin da ka yi imani da shi ba tare da katse shi ba.
Idan wani abu ya bayyana—ko tunani ne, ko tunawa, ko kuma abin da ya faru—ka dakata ka lura da abin da za ka yi a gaba. Kada ka gyara shi tukuna. Kada ka gyara shi. Kawai ka lura da tsarinka.
Rubuta jimla ɗaya bayyananna:
"Na san ana yi min magana ne game da...".
Kada ka sassauta shi. Kada ka yi bayani. Bari ya tsaya kamar yadda yake.
Koma zuwa ga wannan jumlar sau ɗaya kafin ranar ta ƙare.
Karanta ta a hankali. Bari ta kasance ba a warware ta ba.

Addu'a

Ya Ubangiji,
Ka yi magana, kuma na ji ka. Ba koyaushe ba ne, amma a bayyane yake.
Na ga yanzu na jinkirta—ba don ban fahimta ba, amma saboda ban so in mayar da martani.
Ka taimake ni kada in saba da yin watsi da muryarka. Ka taimake ni kada in yi shiru game da abin da kake bayyanawa.
Ka ba ni gaskiya don in amince da abin da na riga na sani, da kuma ƙarfin gwiwar ci gaba da zama a inda kake magana, ko da lokacin da ba shi da daɗi.
Bari abin da kake nuna min ya zama abin da zan mayar da martani a kai—ba abin da zan iya sarrafawa ba.
Amin.

KWANA NA 4 — Sanin Ba Tare da Canji Ba

Hatsarin Jinkirin Ruhaniya Mai Natsuwa

"Na yi imani, amma babu tuba... Ina fata wani lokacin da zan sami ceto, duk da haka ban iya rabuwa da zunubaina ba."
- *John Bunyan, Grace Abounding*

Bunyan bai yi gwagwarmaya ba saboda rashin fahimta. Ya yi gwagwarmaya ne saboda ya fahimta—amma duk da haka ya ci gaba da kasancewa haka.

Akwai wani lokaci a rayuwarsa inda komai ya bayyana a sarari don ya dame shi, amma bai isa ya motsa shi ba tukuna. Ya san abin da ke damunsa. Ya ji nauyin hakan. Har ma yana son, a wasu lokutan, ya 'yantu daga gare shi. Duk da haka, lokacin da lokacin ya wuce, ya sake komawa ga irin wannan yanayin, irin wannan sulhu, da kuma irin wannan jinkiri.

Wannan ba jahilci ba ne.

Wannan ra'ayi ne da aka raba.

Bai san halin da yake ciki ba. Bai damu da hakan ba. Amma bai zo wurin da sani ya zama mika wuya ba tukuna. Don haka ya zauna a wani wuri da ya fi yawa fiye da yadda mutane da yawa suka yarda - wuri inda ake gane gaskiya, amma ba a yi masa biyayya ba.

Kuma wannan wuri yana da haɗari.

Domin yana bawa mutum damar jin daɗin yin abin da yake so ba tare da an canza shi ba. Yana ba shi damar yin magana game da canji, tunani game da canji, har ma da sha'awar canji - amma duk da haka ya kasance ba ya canzawa. Yana haifar da ruɗani na motsi yayin da duk abin da ke da mahimmanci ke nan.

Za ka iya samun kanka a nan.

Inda za ka iya gano abin da ba daidai ba. Inda ma za ka iya bayyana shi a sarari. Inda za ka ji lokutan da ka yi imani da su suna da ƙarfi sosai har su sa ka dakata—amma ba su da ƙarfi sosai don su sa ka yi aiki. Don haka za ka ci gaba, ba wai don ba ka sani ba, amma saboda ka koyi yadda ake rayuwa da abin da ka sani.

Bunyan ya yi haka.

Zai ji dadi sosai, ya yanke shawara na ɗan lokaci, sannan ya dawo a hankali. Ba koyaushe da rashin biyayya ba, amma da jinkiri. Ba koyaushe yana ƙin gaskiya ba, amma yana jinkirta biyayya. Kuma bayan lokaci, wannan yanayin bai raunana imaninsa ba—ya rage masa martaninsa ga hakan.

Wannan shine canjin da aka yi.

Yanke hukunci ya ci gaba.

Amsawa ta ragu.

Kuma idan hakan ta faru, wani abu zai fara samuwa a cikin mutum—ba taurin kai gaba ɗaya ba, amma juriya da ke girma a hankali. Gaskiya takan saba. Gaggawa takan zama zaɓi. Kuma abin da a da aka matsa da ƙarfi yanzu ya zama abin da za a iya sarrafa shi.

Amma sanin ba tare da canzawa ba ba abu ne mai tsaka-tsaki ba.

Yana nufin motsi ne a cikin hanyar da ba ta dace ba.

Domin duk lokacin da ba ka mayar da martani ga abin da ka gani a sarari ba, ba ka tsaya a inda kake ba - kana ƙara jin dadin zama a can.

To me za a yi idan mutum ya gani a sarari, ya ji da zurfi, amma bai motsa ba? Idan ya gane gaskiya, amma bai yarda da ita ba? Lokacin da yake son canji, amma ya jinkirta mika wuya?

Nan ne tafiyar ta zurfafa—ko kuma ta tsaya cak.

Tambayoyin Tunani

- Me na sani sarai cewa ba daidai ba ne—amma na ci gaba da jure wa?
- Ina na ji tabbaci akai-akai, amma ban yi wani canji na gaske ba?
- Me na ce zan magance—amma na jinkirta?
- Ina nake kuskuren fahimtar juna da biyayya?

- Me nake son in bari, duk da na san ana buƙatar hakan?

Zurfin Tunani

Fafutukar Bunyan ba wai rashin gaskiya ba ce,
a'a, yana da gaskiya ba tare da mika wuya ba.
Akwai wani abu a rayuwarka wanda ba a fayyace shi ba. Ba ka buƙatar ƙarin bayani. Ba ka buƙatar ƙarin fahimta. Ka riga ka san isassun bayanai.
Tambayar ba ita ce:
Shin na fahimci wannan?
Tambayar ita ce:
Me yasa ban yi aiki a kai ba?
Ba daga baya ba.
Ba daga baya ba.

Me yasa ba yanzu ba?

Tsarin Aiki (A yau kawai)

1. **Gano wani yanki da ka "sani" amma ba ka canza ba**
   . Ka kasance takamaimai. Ba na gama gari ba.
2. **Rubuta wannan jumla a sarari:**
   "Na san wannan, amma ban yi aiki ba saboda..."
3. **Ka faɗi gaskiya game da dalilin.**
   Ba uzurin ba ne—ainihin dalilin (tsoro, ta'aziyya, hadin kai, iko).
4. **Zauna da wannan dalilin.**
   Kada ka gyara shi tukuna. Kawai **ka gan shi ba tare da ɓoye shi ba** .

Addu'a

Ya Ubangiji,
na ga yanzu cewa ban rasa gaskiya ba—ban rasa amsa ba.
Na sani, amma duk da haka na jinkirta.
Na gani, amma duk da haka na ci gaba.
Ka yafe min don ganin abin da ke bayyane kamar zai iya jira.
Ka yafe min don rayuwa cikin wayewa ba tare da biyayya ba.
Kawo ni wurin da ba na sake raba abin da na sani da kuma yadda nake rayuwa.
Ka ba ni ƙarfin gwiwar da zan iya motsawa daga fahimta zuwa mika wuya.
Amin.

KWANA TA 5 — Mafarkin Lokaci

"Zan Magance Wannan Daga Baya"

"Na yi tunanin zan iya samun isasshen lokaci a nan gaba…
kuma a ƙarshe ya kamata in yi kyau sosai."
- *John Bunyan, Grace Aunounding*

Bunyan bai yi watsi da abin da ya sani nan take ba. Ya dage. Akwai lokutan da aka fahimci cewa akwai tabbaci a fili, lokacin da nauyin yanayinsa ya matsa masa lamba sosai, har ma ya ji sha'awar mayar da martani. Amma tare da wannan sha'awar, sai aka sake samun wani tunani - shiru, mai ma'ana, kuma mai gamsarwa sosai - cewa har yanzu akwai lokaci.
Lokaci ya yi da za a canza daga baya.
Lokaci ya yi da za a mayar da martani daga ƙarshe. Lokaci ya yi da za a magance matsaloli da muhimmanci… a wani lokaci.
Kuma wannan tunanin bai ji kamar tayar da zaune tsaye ba.
Ya ji kamar hikima.
Bai ce "a'a ba."
Yana cewa "ba tukuna ba."
Kuma a cikin wannan ɗan jinkiri, wani abu mai mahimmanci ya fara bayyana.
Domin jinkiri ba ya kawar da shakku—yana **sake fasalin dangantakarku da shi** . Abin da a da ake jin gaggawa yana fara zama zaɓi. Abin da a da aka matsa da ƙarfi ya fara laushi. Kuma abin da a da ake buƙatar amsawa ya fara jira… har sai an daina amsawa da shi kwata-kwata.
Bunyan ya rayu a wannan wuri—yana sane, yana cikin damuwa, amma yana ci gaba da jinkirta abin da ya san dole ne a fuskanta daga baya. Ya yi imani, kamar yadda mutane da yawa suke yi, cewa makomar za ta samar da lokaci mafi kyau.
Lokaci mafi haske. Shiri mai ƙarfi.
Amma wannan lokacin bai taɓa zuwa da kansa ba.

Madadin haka, abin da ya canza ba gaskiya ba ne—amma ya saba da ita.
Za ka iya ganin wannan tsari.
Akwai abubuwan da kake son magancewa gaba ɗaya:

- ɗabi'un da kake shirin canzawa
- shawarwarin da ka san kana buƙatar yi
- tattaunawa da ya kamata ku yi
- matakan da ka sani ana buƙata

Amma ba yau ba.
Yau ta zama gobe.
Gobe ta zama "nan ba da jimawa ba." Kuma "nan ba da jimawa ba" ta zama yarjejeniya mai natsuwa wadda babu abin da za ta canza tukuna.
Wannan shine rudin lokaci.
Ba wai lokaci yana nan ba—amma wannan lokacin zai sauƙaƙa wa biyayya.
Ba zai yi ba.
Domin abin da ya bayyana a yanzu ba zai bayyana a sarari ta hanyar jinkiri ba. Zai yi shiru. Kuma abin da ya zama shiru sau da yawa ana kuskuren fahimtarsa da abin da aka warware.
Amma ba a warware matsalar ba.
An dage shi.
To me mutum zai yi, idan ya ci gaba da jinkirta abin da ya san dole ne a fuskanta? Lokacin da ya yi imanin cewa yana kan hanyarsa ta zuwa ga canji, amma ya ci gaba da kasancewa a inda yake? Lokacin da ya dogara ga wani sabon salo na kansa wanda bai nuna sha'awarsa fiye da na yanzu ba?
Nan ne tafiyar ke raguwa—ba wai don gaskiya ba ta nan, amma saboda an jinkirta amsawa.

Tambayoyin Tunani

- Me nake gaya wa kaina zan magance "daga baya"?
- Me na jinkirta akai-akai, duk da cewa a bayyane yake?
- Ina nake amincewa da lokaci maimakon ɗaukar nauyi?
- Me ya fi sauƙi a jinkirta fiye da fuskantar yau?
- Me ya riga ya rasa gaggawa saboda na jinkirta shi?

Zurfin Tunani
Bunyan bai ɓata masa hanya ba a fili.
Ya ɓata masa lokaci cikin jinkiri.
Akwai wani abu a rayuwarka wanda ba ya bukatar ƙarin lokaci.
Yana bukatar shawara.
Ka tambayi kanka da gaskiya:
Idan ba yanzu ba—yaushe?
Kuma me ya sa na yi imani zan mayar da martani daga baya idan ban mayar da martani yanzu ba?
Jinkiri yana jin babu wata illa.
Amma motsi ne daga biyayya.

Tsarin Aiki (A yau kawai)

1. **Gano abu ɗaya da ka dage a kai.**
   Wani abu a bayyane yake—ba mai rikitarwa ba.
2. **Rubuta wannan jumla da gaskiya:**
   "Na daɗe ina jinkirta wannan saboda..."
3. **Faɗi ainihin dalilin.**
   Ba bayanin ba—gaskiya (tsoro, jin daɗi, rashin jin daɗi, rashin tabbas).
4. **Ɗauki ƙaramin mataki a yau**
   ba cikakken ƙuduri ba. Kawai **motsi** - wani abu da ke karya jinkiri.

Addu'a
Ya Ubangiji,
na ga ban ƙi abin da kake nuna mini ba—na dage shi.
Na dogara da lokaci maimakon biyayya.
Na yi imani zan mayar da martani daga baya, yayin da na zaɓi kada in mayar da martani yanzu.
Ka yafe min jinkirin da aka yi min a bayyane.
Ka yafe min da na ɗauki gaggawa a matsayin zaɓi.
Ka ba ni ƙarfin halin yin abin da nake jira,
kuma ka matsa inda na dage.
Kada yau ta wuce kamar sauran.

Amin.

KWANA NA 6 — Lokacin da Tsoro Ya Zama Na Kanmu

Ba Hukunci Gabaɗaya Ba—Amma Akan Ku Nemi Alhakin Ku

"Na ji matukar damuwa a raina... ina jin tsoron kada wannan zunubi nawa ya zama zunubin da ba za a iya gafartawa ba, wanda aka ambaci shi a cikin Nassosi."
- *John Bunyan, Grace Abounding*

A lokacin tafiyar Bunyan, akwai lokacin da gwagwarmayarsa ba za ta iya ci gaba da kasancewa a ka'ida ba. Abin da ya taɓa tunani a kai a matsayin zunubi, hukunci, sakamako, ya zama wani abu da ya fara amfani da shi kai tsaye ga kansa.
Wannan ba canjin ilimi ba ne.

Canji ne a cikin **mallakar** .
Kafin wannan, yana yiwuwa a yi tunani game da abin da ke daidai da abin da ba daidai ba ta hanyoyi daban-daban. A gane gaskiya ba tare da jin ana magana da ita da kai ba. A yarda cewa abubuwa suna da muhimmanci—ba tare da fuskantar abin da suke nufi a gare ka ba.
Amma Bunyan bai iya ci gaba da zama a wurin ba.
Abin da ya karanta, abin da ya ji, abin da ya ji—duk sun fara juyawa a ciki. Nassosi ba su sake magana gaba ɗaya ba. Ya yi magana musamman. Kuma abin da ya faɗa, ba zai iya yin watsi da shi cikin sauƙi ba, domin da alama ya haɗu da shi daidai inda yake.
Nan ne tsoro ya canza.
Bai sake kasancewa ba:
"Akwai hukunci"
Ya zama: *"Menene ma'anar wannan a gare ni?"*
Kuma wannan tambayar tana da nauyi.

Domin da zarar gaskiya ta zama ta sirri, tana kawar da nisa. Ba za ka iya sake lura da ita daga waje ba. Yanzu an haɗa ka cikin abin da ka taɓa ɗauka a matsayin abin da ba a iya fahimta ba.
Bunyan ya ji haka sosai. Ya fara jin tsoro—ba ta wata hanya mara ma'ana ba, amma ta hanyar da ta shafi rayuwarsa kai tsaye, ayyukansa, da yanayinsa. Ba zai iya sake tunani game da wasu ba, ko ɓoyewa cikin fahimta gabaɗaya.
Dole ne ya yi la'akari da kansa.
Kuma a nan ne mutane da yawa ke shakka.
Domin ya fi sauƙi a yi tunani game da gaskiya gabaɗaya fiye da amfani da ita da kanka. Ya fi sauƙi a yi magana game da abin da ya dace da kai fiye da tambayar abin da ya dace **da kai, yanzu** . Ya fi sauƙi a yarda da kai fiye da tsayawa a fallasa.
Za ka iya jin wannan sauyi ya fara.
Ina:

- abubuwan da ka taɓa ji gabaɗaya yanzu suna jin kamar an shirya su ne
- Gaskiya tana jin kusanci fiye da da
- ba ka jin kamar ba za ka iya karkatar da hankalinka ko kuma ka yi amfani da shi gaba ɗaya ba
- wani abu yana matsawa ciki—ba waje ba

Wannan ba don ya gurgunta ka ba ne.
An yi shi ne don **ya sanya ka a cikin gaskiya** .
Amma tashin hankalin yana ƙaruwa a nan.
Domin da zarar wani abu ya zama na kashin kai, tsaka tsaki zai ɓace.
Ba ka sake yanke shawara ko wani abu gaskiya ne ba.
Kana yanke shawara kan abin da za ka yi da shi.
To me mutum zai yi, idan ya ga abin da ya yi la'akari da shi daga nesa yanzu yana tsaye a gabansa kai tsaye? Lokacin da ba zai iya magana game da gaskiya ba tare da haɗa kansa ba? Lokacin da abin da ya kasance na gama gari yanzu yana buƙatar amsa ta kai tsaye?
Nan ne tafiyar ta zama gaskiya.

Tambayoyin Tunani

- Ina gaskiya ta zama ta kaina kwanan nan?
- Me zan iya sake ɗauka a matsayin "na gama gari" ko na nesa?
- Me nake ji ana magana a kai tsaye?
- Ina har yanzu nake ƙoƙarin yin tunani mai faɗi maimakon ni kaina?
- Me nake gujewa ta hanyar rashin amfani da gaskiya ga kaina?

Zurfin Tunani

Tsoron Bunyan bai samo asali ne daga tunaninsa ba.
Ya samo asali ne daga **fahimtarsa ta kai tsaye** .
Akwai bambanci tsakanin:
sanin gaskiya tana nan
kuma *sanin ta shafe ka*
Ana kawo ka a matsayi na biyu.
Tambayi kanka:
Me wannan ke nufi a gare ni—ba ga wasu ba?
Ina aka haɗa ni da abin da na ji?
Wannan ba game da hukunci ba ne.
Yana game da **haske ba tare da nisa ba** .

Tsarin Aiki (A yau kawai)

1. **Ka ɗauki gaskiya ɗaya da ka riga ka sani**
   (ba sabo ba—wani abu da ka saba da shi)
2. **Sake rubuta shi da kanka:**
   Maimakon: *"Wannan gaskiya ne..."*
   Rubuta: *"Wannan gaskiya ne a gare ni saboda..."*
3. **Yi amfani da shi musamman**
   Ba gabaɗaya ba - kai kaɗai.
4. **Zauna da nauyinsa.**
   Kada ka sassauta shi. Kada ka tura shi ga wasu.

Addu'a

Ya Ubangiji,
na san gaskiya gabaɗaya, amma ba koyaushe nake barin ta isa gare ni ba.

Na yi magana game da abin da ya dace
ba tare da na tambaye shi abin da yake buƙata daga gare ni ba.
A yau, ba zan tsaya daga nesa ba.
Ba zan guje wa abin da ake nuna mini ba.
Ka taimake ni in fahimci gaskiya kamar yadda take—
ba ta da ma'ana, amma ta kaina.
Ka ba ni ƙarfin halin tsayawa a inda ya same ni,
kada ka juya baya.
Amin.

KWANA TA 7 — Nauyin Ya Bayyana

Lokacin da Abin da Kake Ɗauke da Shi Ba Zai Iya Boye Maka Ba

"Na ga cewa na cika da zunubi... kuma zai karya zuciyata."
- *John Bunyan, Grace Aunolding*

Akwai wani lokaci a tafiyar Bunyan lokacin da abin da ake ji a cikin zuciyarsa a da ba shi da ma'ana kawai - ya zama wani abu da zai iya gani a sarari yanzu.
Ba da idanunsa ba, amma da fahimta.
Abin da ya kasance rikici ya zama ma'ana.
Abin da ya kasance rashin kwanciyar hankali ya zama sananne. Abin da ya ɓoye a ƙarƙashin ɗabi'a da jinkiri yanzu ya tsaya a gabansa a matsayin wani abu da ba za a iya musantawa ba.
Bai sake yin magana a cikin kalmomi na gaba ɗaya ba.
Bai sake tunanin abin da ke faruwa ba.
Ya sani.
Kuma wannan sanin bai kawo sauƙi ba.
Ya kawo nauyi.
Domin gani a sarari ya bambanta da jin kamar ba a fayyace shi ba. Idan wani abu ba a fayyace shi ba, ana iya sarrafa shi, a jinkirta shi, ko a sassauta shi. Amma idan ya bayyana—lokacin da ya ɗauki siffa da haske—ba za ka iya sake yin kamar ƙarami ne, ko na ɗan lokaci, ko kuma ba shi da mahimmanci ba.
Bunyan ya kai ga wannan matsayi.
Ya ga yanayinsa—ba wani ɓangare ba, ba zaɓi ba, amma da haske wanda ba zai ba shi damar rage shi ba. Kuma da zarar ya gan shi, ba zai iya komawa wurin da ya taɓa zama a da ba.
Wannan shine lokacin da mutane da yawa ke gujewa.
Ba wai don gaskiya ba ta samuwa ba,
amma saboda fahimta tana da tsada.

Watakila kana kusantowa—ko kuma ka riga ka tsaya a ciki—wannan wurin.

Ina:

- Ba ka sake tunanin abin da ke faruwa ba
- Ba za ka kara fahimtar yanayinka ba
- Ba ka sake kwatanta kanka da wasu don jin dadi ba

Ka gani.

A bayyane yake. Da kaina. Musamman.

Kuma tare da wannan haske akwai wani nauyi da ba za a iya watsi da shi ba.

Domin da zarar nauyin ya bayyana,
zai zama **naka ne da za ka magance** .

Babu wani nisa.

Babu wani rashin tabbas. Babu wani yin kamar mutum.

To me mutum zai yi, alhali abin da yake ɗauke da shi ba a ɓoye masa ba? Idan ya ga ba wai kawai wani abu ba daidai ba ne, har ma da abin da yake, kuma nasa ne?

Nan ne farkawa ta kammala aikinta.

Ba a cikin motsin rai ba.

Amma a cikin haske.

Tambayoyin Tunani

- Me nake gani a sarari game da kaina yanzu wanda ba zan iya gani ba—ko kuma ba zan gani ba a da?
- Me ya zama abin da ba za a iya musantawa ba a rayuwata?
- Me zan iya ragewa ko bayyanawa kuma?
- Ina haske ya maye gurbin rudani?
- Me nake da alhakin yanzu da nake gujewa a baya?

Zurfin Tunani

Bunyan bai fahimci komai cikin sauki ba.

Amma da ya isa, bai iya barin wurin ba.

Akwai wani abu a rayuwarka wanda ba a san shi sosai ba.

Ba ka neman sa yanzu.

Kana tsaye a gabansa.

Tambayi kanka:

Me nake gani yanzu da ba zan iya kawar da shi ba?
Shin har yanzu ina ƙoƙarin rage abin da aka riga aka bayyana a fili?
Ba a bayar da haske don ya mamaye ka ba.
Ana bayar da shi ne don kada ka sake ci gaba da zama a inda kake.

Tsarin Aiki (A yau kaɗai)

1. **Bayyana sunan nauyin a sarari**
   Ba gabaɗaya ba—musamman.
2. **Rubuta wannan jumla:**
   "Abin da na gani yanzu a sarari shine..."
3. **Kada ka sassauta harshen.**
   Bari ya zama kai tsaye kamar yadda yake a zahiri.
4. **Karanta shi da babbar murya (a ɓoye)**
   Ka ji shi—ba wai kawai ka yi tunani a kansa ba.

Addu'a

Ya Ubangiji,
ka kawo ni wurin da zan iya gani a sarari.
Ba wani ɓangare ba.
Ba gabaɗaya ba. Amma da kaina.
Kuma ba zan iya komawa inda nake a da ba.
Ka taimake ni kada ka rage abin da ka bayyana.
Ka taimake ni kada ka rage abin da aka bayyana a fili.
Ka ba ni ƙarfin tsayawa cikin gaskiya—
ko da kuwa tana da nauyi.
Kuma ku shirya min abin da zai biyo baya.
Amin.

KWANA TA 8 — Ma'anar Rashin Dawowa

Lokacin da Ba Za Ka Iya Yin Kama da Kai Ba

"Yanzu an tura ni cikin mawuyacin hali... Dole ne in bar zunubaina, ko kuma in rasa raina."
- *John Bunyan, Grace Aunolding*

Akwai lokacin da Bunyan ya shiga cikin wannan mawuyacin hali, wanda har yanzu ba a warware shi ba.
Kafin wannan, akwai motsi—amma na ciki ne.
Sanin ya ƙaru. Yaƙi ya ƙaru. An samu haske.

Amma yanzu wani abu ya canza.
Tsawon sani da yanke shawara ya fara rufewa.
Bunyan ya fahimci cewa abin da yake fuskanta ba za a iya sarrafa shi har abada ba. Ba zai shuɗe da lokaci ba. Ba zai yi laushi da abubuwan da ke raba hankali ba. Ba zai warware kansa ba tare da amsa ba.
Ya kai wani matsayi inda:

- Jinkiri bai sake jin tsaka-tsaki ba
- gujewa ba ta sake jin zai yiwu ba
- kuma kamar ba ya aiki kuma

Ya bayyana shi a matsayin wanda aka kawo shi cikin wani **matsiyaci** - wani wuri mai kunkuntar inda zaɓuɓɓuka ba su da faɗi, kuma inda tunanin iko ya fara ɓacewa.
Ba nan ne ake matsa lamba daga waje ba.
A nan ne gaskiya ke rufewa daga ciki.
Za ka iya sanin wannan lokacin.
Ina:

- ba za ku iya sanin abin da kuke so yanzu ba
- ba za ku iya komawa cikin jin daɗin rashin tabbas ba
- Ba za ka iya ci gaba kamar da ba tare da saninka ya katse ka ba

Babu wani abu da ya canza a waje.
Amma a ciki, komai ya canza.
Kuma wannan shine abin da ya sa wannan lokacin yake da muhimmanci sosai.
Domin da zarar ka isa wannan matsayi, za ka iya jinkirtawa - amma ba za ka iya jinkirtawa **ba tare da laifi ba** . Har yanzu za ka iya tsayayya - amma ba za ka iya tsayayya ba **ba tare da saninka ba** .
Wani abu ya canza har abada.
Bunyan ya fahimci wannan da ƙarfi sosai. Ya ga cewa abin da ke gabansa ba fifiko ba ne, ba gyara ba, ba ci gaba a hankali ba ne—amma shawara ce da za ta fayyace alkibla.
Ba cikakke ba ne.
Amma gaskiya.
To me mutum zai yi, idan ya fahimci cewa tsayawa cak ba ya zama tsaka-tsaki? Idan ci gaba kamar da, yanzu yana kama da zaɓar abin da ya gani? Lokacin da hanyar da ke gaba ba ta bayyana sarai ba, amma ci gaba da zama a inda yake ya zama ba zai yiwu ba?
Wannan shine ma'anar rashin dawowa.
Ba wai don an tilasta maka gaba ba,
amma saboda ba ka da 'yancin yin kamar ba ka da 'yancin yin kamar ba ka da 'yancin yin kamar ba ka da 'yancin yin hakan.

Tambayoyin Tunani

- Me ya zama abin da ba zai iya canzawa ba a cikin sanina?
- Ina zan iya daina yin kamar "babu abin da ya canza"?
- Me nake da alhakinsa yanzu, ko na yi aiki ko ba na yi ba?
- Ina jinkirin yanzu yake jin kamar yanke shawara, ba tsayawa ba?
- Me nake tsaye a kai yanzu?

Zurfin Tunani

Juyawar Bunyan ba ta yi ƙarfi ba.
Ya kasance **tabbatacce** .

Ba a bufkatar ka gano komai ba.
Ana bufkatar ka gane:
Ba ka nan a yadda kake a da.
Tambayi kanka:
Me ba zan iya komawa ba kuma—ko da na gwada?
Me ya riga ya canza a cikina, ko na yarda da shi ko ban yarda ba?
Wannan ba batun matsin lamba ba ne.
Yana game da **gaskiyar da za ta zama ta ƙarshe a wani fanni na rayuwarka** .

Tsarin Aiki (A yau kaɗai)

1. **Ka gano wani yanki da ba za ka iya komawa ba** . Ka yi takamaimai.
2. **Rubuta wannan jumla:** *"Ba zan iya yin kamar haka ba..."*
3. **Ku zauna da shi ba tare da ku warware shi ba.** Kada ku yi gaggawar gyara shi. Kawai ku amince da shi sosai.
4. **Cire ƙaramin nau'i na gujewa a yau** (wani abu da kake amfani da shi don janye hankali daga wannan gaskiyar)

Addu'a
Ubangiji,
na ga yanzu ba ni da inda nake a da.
Abin da na taɓa yin watsi da shi a da, yanzu na gane shi.
Abin da na taɓa jinkirtawa, yanzu ina jin kamar ina da matsala.
Ka taimake ni kada in yi kamar inda Ka bayyana abubuwa a sarari.
Ka taimake ni kada in koma ga abin da na san yanzu ba daidai ba ne.
Ka ba ni ƙarfin hali na tsayawa a wannan lokacin da gaske—ba tare da tserewa ba, ba tare da musantawa ba.
Kuma ku shirya zuciyata don abin da zai biyo baya.
Amin.

MATAKI NA 2 — Rabuwa (Kwanaki na 9–16)

Barin, juriya, muryoyi, biyayya da wuri

KWANA TA 9 — Mataki Na Farko Da Ya Wuce

Lokacin da Biyayya ta Fara—Abin Mamaki, Ba a Tabbatacce Ba, Amma Gaskiya ne

"Na gani a mafarkina, cewa mutumin ya fara gudu... matarsa da 'ya'yansa suna ganin hakan, suka fara kuka a bayansa don ya dawo; amma mutumin ya sa yatsunsa a cikin kunnuwansa, ya ci gaba da gudu, yana kuka, Rai! Rai! Rai madawwami!"
- *John Bunyan, Ci gaban Mahajjaci*

Ban tafi ba saboda na fahimci komai.
Na tafi saboda ban iya ci gaba da zama ba.
Akwai lokacin da zan iya zama a tsakaninsu—ina magana yayin da suke magana, ina dariya yayin da suke dariya, ina rayuwa kamar babu abin da ya dame ni. Amma wannan lokacin ya wuce. Wani abu ya canza a cikina, kuma duk da cewa komai da ke kewaye da ni yayi kama da ɗaya, ban sake zama ɗaya a cikinsa ba.
Nauyin da na ɗauka ba zai bar ni in huta a inda na taɓa samun sauƙi ba.
Don haka na fara motsawa.
Ba tare da fahimtar hanyar da ke gaba ba. Ba tare da ƙarfi ko kwarin gwiwa ba. Amma da ƙaruwar gaggawa da ta sa jinkiri ya ji kamar yana da haɗari. Ban iya bayyana shi ga waɗanda ke kewaye da ni gaba ɗaya ba, kuma ban yi tsammanin za su fahimta ba. Ta yaya za su iya? Ba su ji abin da na ji ba, kuma ba su ga abin da na fara gani ba.
Duk da haka, lokacin da na fara motsawa, sun lura.
Sun kira bayana.
Wasu cikin damuwa. Wasu cikin ruɗani. Wasu cikin rashin haƙuri. Sun roƙe ni in dawo—in jira, in sake tunani, in rage

gudu. Abin da nake yi bai yi musu daidai ba. Bai yi kama da mai ma'ana ba. Bai yi kama da dole ba.
Kuma na ɗan lokaci, na ji su.
Muryoyinsu sun saba da juna. Kasancewarsu an san su. Duk abin da suke wakilta a da ya isa a gare ni. Amma yanzu, ko da sun kira ni, na san wani abu ya canza wanda ba za a iya gyara shi ba.
Don haka na yi wani abu da bai yi kama da na halitta ba.
Na rufe kaina da muryoyin da ke bayana.
Ba don na raina su ba,
sai don ba zan iya jure musu ba.
Kuma na gudu.
Ba don na tabbata ba,
sai don an tilasta min.
Kuka ba da magana ba, amma da gaggawa:
Rayuwa. Rai. Rai madawwami.
Haka matakin farko yake farawa akai-akai.
Ba tsafta ba.
Ba tsari ba. Ba a fahimta sosai ba.
Amma gaskiya ne.
Kana iya tsayawa a daidai wannan lokacin.
Inda wani abu a cikinka ya fara motsawa, ko da kuwa duk abin da ke kewaye da kai yana buƙatar ka ci gaba. Inda matakin da kake la'akari da shi bai yi kyau ba—yana jin kamar ba shi da daɗi, yana bayyana, har ma yana kawo cikas.
Ba za ka iya sanin inda zai kai ka ba tukuna.
Amma ka san wannan:
Zama ba gaskiya bane kuma.
Kuma hakan ya isa a fara.
Domin matakin farko ba game da isowa bane.
Yana game da **barin abin da ka san yanzu ba za ka iya zama a ciki ba** .
To me mutum zai yi, alhali wurin da ya sani bai dace da abin da ya gani ba? Lokacin da muryoyin da ke bayansa suka yi ƙarfi, amma amincewar da ke cikinsa ta fi ƙarfi? Lokacin da bai san hanyar ba tukuna, amma ya san dole ne ya fara?
Yana motsawa.

Ba cikakke ba ne.
Amma gaskiya ne.

Tambayoyin Tunani

- Ina nake jin cewa ba zan iya ci gaba da zama kamar yadda na kasance ba?
- Wane mataki nake gujewa saboda yana jin kamar ba shi da daɗi ko kuma ba a fahimce shi ba?
- Muryar wa nake sauraro har yanzu da take riƙe ni a wurin?
- Me ya fi bani haushi a yanzu—ci gaba ko zama a inda nake?
- Yaya zai kasance a gare ni in fara, ko da ba tare da cikakken bayani ba?

Zurfin Tunani

Bunyan bai fara da tabbas ba.
Ya fara da **yakinin da ya fi ƙarfin jin daɗi** .
Ba a buƙatar ka yi bayani game da komai ba.
Ba a buƙatar ka ji kana shirye ba.
Ana tambayarka:
Me ka riga ka sani da ke buƙatar motsi?
Kuma gaskiya:
Me ke hana ka ɗaukar wannan matakin farko?

Tsarin Aiki (A yau kawai)

1. **Gano mataki ɗaya da ka riga ka jinkirta.**
   Ba wani sabon abu ba ne—wani abu da ka riga ka sani.
2. **Ka yi gaggawar yin**
   wani abu da za ka iya yi a yau.
3. **Yi shi a hankali**
   Babu sanarwa. Babu hujja.
4. **Kada ka kimanta yadda ake ji**
   Biyayya ba ta hanyar jin daɗi ba ce.

Addu'a

Ya Ubangiji,
na ci gaba da zama a inda nake jin daɗi, ko da lokacin da na san ba zan iya zama ba.
A yau, ba zan jira cikakken bayani da ban sani ba tukuna.
Zan ci gaba da abin da na riga na sani.
Ka ba ni ƙarfin hali na ɗaukar mataki na farko—
ko da lokacin da ba shi da tabbas, ko da lokacin da ba a fahimci abin da ake nufi ba.
Ka taimake ni kada in juya baya
idan na riga na ga isassun abubuwan da zan fara.
Karfafa ni don in ci gaba—
ba daidai ba, amma da gaskiya.
Amin.

KWANA TA 10 — Muryoyin da ke Bayanka

Lokacin da Abin da Ka Bari Ya Fara Kira Ka Dawowa

"Na gani a mafarkina cewa duk sun fara kuka bayansa don ya dawo; amma ya sa yatsunsa a cikin kunnuwansa, ya ci gaba da gudu..."
- John Bunyan, Ci gaban Mahajjata

Da na fara motsawa, ban bar baya a hankali ba.
Na yi tunanin watakila zan bace ba tare da na sani ba, cewa zan iya fara wannan tafiya ba tare da wata matsala ba. Amma da zarar alkiblata ta canza, duk abin da ke kewaye da ni ya fara fahimtar hakan.
Sun kira bayana.
Ba duka da murya ɗaya ba,
amma duk da niyya ɗaya.
Wasu sun kira ni a hankali, suna rokona in sake tunani. Sun yi magana game da dalili, hakuri, da jira har sai lokaci ya fi dacewa. Sun tunatar da ni abin da zan tafi—abin da na saba, abin da yake da aminci, abin da aka riga aka sani.
Wasu kuma sun kira da gaggawa, kamar ina yin kuskure wanda har yanzu ana iya gyara shi. Sun yi magana game da alhakin, da tsammanin, da yadda za a ga ayyukana. Ba su fahimci dalilin da yasa zan bar abin da ya isa ba.
Kuma wasu ba su kira da damuwa ba kwata-kwata.
Suka yi ba'a.
Sun yi dariya game da abin da ba za su iya fahimta ba. Sun mayar da abin da nake ji da muhimmanci a gare ni zuwa wani abu da ba dole ba ne, an yi karin gishiri, har ma da wauta.
Abin da na ji a matsayin tabbaci, sun fassara shi a matsayin wuce gona da iri.
Kuma na ɗan lokaci, na ji su duka.

Muryoyinsu ba su da ban mamaki a gare ni. Su ne muryoyin da na rayu da su, na yarda da su, na amince da su. Ba maƙiya ba ne. Sun saba da su, kuma shi ya sa suka yi wuya su yi tsayayya.
Domin abin da ke mayar da kai baya ba kasafai yake bayyana a matsayin adawa ba.
Yana bayyana a matsayin **dalili** .
A matsayin **kulawa** .
A matsayin **al'ada** .
Duk da haka, duk da na ji su, na san wani abu da ba su sani ba.
Na san abin da nake ɗauka.
Ba su ga nauyin da ke kan bayana ba.
Ba su ji nauyin da ke kan ni ba. Ba su fahimci dalilin da ya sa ba za a iya ci gaba da zama ba.
Don haka suka yi magana daga inda suka tsaya,
yayin da ni kuma na koma daga abin da na sani yanzu.
Nan ne gwagwarmayar ta zurfafa.
Domin muryoyin da ke bayanka ba koyaushe suke kama da ba daidai ba.
Suna kama **da masu dacewa** .
Suna tambaya:

- *Me yasa yanzu?*
- *Me yasa wannan ya wuce gona da iri?*
- *Me zai hana a jira?*
- *Me zai hana ka ci gaba da zama kamar yadda kake?*

Kuma idan ka saurara na dogon lokaci, za su fara fahimta.
Shi ya sa na yi abin da na yi.
Na rufe kunnuwana.
Ba wai don na raina su ba,
amma saboda na san cewa idan na saurara, zan iya daina.
Kuma idan na tsaya, zan iya komawa.
Kuma idan na dawo, zan dawo da sanin kaina.
Sai na gudu.
Ba don na tabbatar da abin da ke gabana ba,
sai don na tabbatar da abin da na bari.
Za ka iya samun kanka a nan.

Inda matakin da ka ɗauka ya tayar da muryoyi - na ciki ko na waje - waɗanda yanzu ke kiranka.
Suna iya sauti kamar haka:

- dabaru
- taka tsantsan
- daidaito
- alhakin

Amma a ƙarƙashinsu akwai wani abu daban:
jajircewa zuwa ga abin da ka riga ka gani ba ya dace da kai yanzu.
Wannan ba koyaushe yake da ƙarfi ba.
Yana dawwama.
Kuma ba ya buƙatar ka ƙi gaskiya.
Yana buƙatar ka **jinkirta ta, ka sassauta ta, ko ka sake fassara ta** .
To me mutum zai yi, idan muryoyin da ke bayansa sun saba da juna, masu gamsarwa, kuma masu dorewa? Lokacin da abin da ya bari ya fara sake bayyana kansa—ba kamar yadda yake a da ba, amma a matsayin abin da za a iya sarrafawa?
Dole ne ya yanke shawara kan wace murya zai bi.
Ba sau ɗaya ba.
Amma akai-akai.
Domin wannan ba lokaci ɗaya ba ne kawai.
Tsanani ne da ke ci gaba da wanzuwa.
Kuma idan ba ka koyi gane shi da wuri ba,
za ka fara yin kasada ba tare da ka sani ba.

Ƭambayoyin Tunani

- Waɗanne muryoyi ne suka yi ƙarfi tun lokacin da na fara ci gaba?
- Wace daga cikin waɗannan muryoyin ce take da ma'ana—amma ka mayar da ni baya?
- Me ake ƙarfafa ni in jinkirta, in sassauta, ko in sake tunani?
- Ina nake sha'awar komawa—ba don yana da kyau ba, amma saboda ya saba?
- Wace gaskiya nake cikin haɗarin yin shawarwari yanzu?

Zurfin Tunani
Bunyan bai yi shiru da muryoyin ba domin duk sun yi kuskure.
Ya yi shiru saboda sun **isa su mayar da shi baya** .
Dole ne ku gane wannan:
Ba kowace murya da ta yi kama da mai hankali ba ce ta dace da gaskiya.
Tambayi kanka:
Me nake sauraro wanda ke raunana ƙudurina?
Ina zan ba da sarari ga abin da ya kamata in rufe?
Wannan ba game da ƙin mutane ba ne,
yana game da **kare alkibla ne** .

Tsarin Aiki (A yau kawai)

1. **Gano murya ɗaya da ke tasiri a kanka**
   (na waje ko na ciki)
2. **Faɗi abin da yake gaya maka ka yi**
   Ka kasance mai gaskiya.
3. **Kirƙiri nisan da ke tsakaninsa da shi a yau**
   (yi shiru, iyakance shi, ka yi nesa da shi)
4. **Ka ƙarfafa abin da ka riga ka sani gaskiya ne.**
   Ka rubuta shi. Ka maimaita shi.

Addu'a
Ya Ubangiji,
ina jin muryoyi da yawa, kuma ba duka suke jagorantar ni gaba ba.
Wasu suna kama da masu dacewa,
amma suna mayar da ni inda na riga na tafi.
Ka ba ni fahimta don in gane abin da ba ya dace da Kai,
ko da kuwa yana kama da abin da aka saba da shi kuma mai gamsarwa.
Ka taimake ni in rufe kunnuwana inda ya kamata,
kuma ka ƙarfafa ƙudurina na ci gaba da tafiya.
Kada in koma ga abin da na riga na gani a sarari.

Ka sa ni a tsaye a kan hanya,
ko da lokacin da na ji kamar ina da matsala a bayana.
Amin.

KWANA TA 11 — Kudin da ake kashewa wajen rashin fahimtar juna

Lokacin da Biyayya ta Raba Ka da Waɗanda Ba Su Ga Abin da Kake Gani Ba

"Wasu kuma suna yi masa ba'a, wasu kuma suna barazana,
wasu kuma suna kuka bayansa ya dawo..."
- *John Bunyan, The Pilgrim's Progress*

Da na fara motsawa, na yi tunanin cewa gwagwarmayar za ta ci gaba da kasancewa a cikina.
Ban yi tsammanin zai fara tsara yadda wasu suka gan ni ba.
Da farko, sun yi kira ne kawai bayana. Muryoyinsu sun biyo baya, amma sun ci gaba da kasancewa a inda suke. Amma yayin da na ci gaba, wani abu ya canza—ba a cikinsu ba, amma a yadda suka gan ni.
Ba wai kawai na zama "ɗaya daga cikinsu ba."
Na zama wani abu daban.
Ba don na ayyana shi ba,
amma saboda na zaɓi alkiblar da ba su fahimta ba.
Sai suka fara fassara ni.
Wasu sun ce na yi nisa sosai.
Wasu sun ce na yi tsauri. Wasu sun ce ina yin fushi da yawa, ina ɗaukar abubuwa da muhimmanci, ina barin abin da ba ya buƙatar a yi watsi da shi.

Wasu kuma ba su yi ƙoƙarin fahimta ba kwata-kwata.
Sun kore ni.
Abin da nake ɗauke da shi, ba su gani ba.
Abin da na sani, ba su ji ba. Don haka abin da ya sa na fahimta ya zama kamar ba shi da amfani a gare su.
Nan ne biyayya ta bayyana.
Ba wai kawai a gare ku ba,
har ma ga wasu.
Kuma idan wasu ba za su iya gano imaninka ba, za su bayyana halayenka ta hanyoyin da suka dace da su.
Ba koyaushe ake yin mugunta ba.
Amma kusan koyaushe ba daidai ba ne.
Na fara jin haka.
Nisa ba ta kasance ta zahiri kawai ba—ta zama ta dangantaka. Tattaunawa ta canza. Amsoshi sun canza. Abin da a da ake ji ana rabawa yanzu ya zama kamar an raba shi.
Kuma a nan ne nauyin ke ƙaruwa.
Domin abu ɗaya ne a bar abin da aka saba da shi.
Wani kuma shi ne a yi wa **kuskuren fahimta da shi** .
Za ka iya samun kanka a nan.
Ina:

- Ana tambayar shawarwarinku
- ana fassara alkiblar ku
- biyayyarka an yi mata lakabi da ita

Ba wai don ka yi bayani mara kyau ba,
amma saboda abin da kake mayar da martani ba a gani ga wasu.
Nan ne mutane da yawa ke komawa baya.
Ba wai don sun rasa yakini ba ne,
amma saboda suna jin nauyin ci gaba.
Sha'awar a fahimce ta tana da ƙarfi.
Jajircewar ci gaba da kasancewa tare, karɓuwa, da kuma tabbatarwa ba ta ɓacewa idan ka fara motsawa. A gaskiya ma, sau da yawa yakan ƙara ƙarfi, domin abin da kake yi yana fara raba ka da abin da ya taɓa tabbatar maka.
Kuma haka tambayar ta zama:
Shin fahimtar juna ya fi muhimmanci fiye da yin biyayya?

Wannan ba tambaya ce mai sauƙi ba.
Domin biyayya na iya raba ka da wasu ta hanyoyin da ba ka yi tsammani ba.
Ba gaba ɗaya ba.
Amma ya isa a ji.
To me mutum zai yi, idan ci gaba yana nufin a gan shi ba daidai ba? Lokacin da waɗanda ke kewaye da shi ba za su iya bin tunaninsa ba saboda ba su yarda da imaninsa ba ? Lokacin da biyayya ta fara kashe masa ba kawai ta'aziyya ba, har ma da fahimta?
Ya ci gaba.
Ba wai don yana da sauƙi ba,
amma saboda komawa baya zai buƙaci ya musanta abin da ya riga ya sani.

Tambayoyin Tunani

- Ina na fara jin ba a fahimce ni ba saboda shawarwarin da na yanke?
- Wane ɓangare na biyayyata ne yake da wahalar bayyana wa wasu?
- Ina nake sha'awar daidaita alkiblata don sake samun amincewa?
- Me ya fi muhimmanci a yanzu—a fahimce shi ko a daidaita shi?
- Wanene nake tsammanin zai tabbatar da abin da ba za su iya gani ba tukuna?

Zurfin Tunani

Bunyan bai yi tsammanin za a fahimce shi ba.
Ya yi tsammanin zai **yi tafiya da abin da ya sani** .
Dole ne ku gane wannan:
Ba kowa ne zai ga abin da ka gani idan ka gan shi ba.
Kuma idan kana buƙatar fahimtarsu kafin ka yi biyayya,
za ka ci gaba da kasancewa a inda kake.
Tambayi kanka:
Ina nake jiran tabbatarwa kafin in ci gaba?
Me nake gyarawa domin wasu su ji daɗin alkiblata?

Wannan ba game da ƙin amincewa da mutane bane.
Yana game da ƙin **musanya gaskiya da karɓuwa** .

Tsarin Aiki (A yau kawai)

1. **Gano inda kake jin ba a fahimta**
   ba. Ka yi takamaimai.
2. **Saki buƙatar yin bayani dalla-dalla**
   Ba kowa ne ke buƙatar fahimta ba.
3. **Ɗauki mataki ɗaya na biyayya ba tare da neman amincewa**
   ba. Da gangan.
4. **Ka guji sha'awar daidaitawa don jin daɗi**
   . Ka kasance cikin shiri.

Addu'a

Ya Ubangiji,
ina jin nauyin rashin fahimtar da aka yi mini.
Abin da nake gani, wasu ba sa gani.
Abin da nake amsawa, wasu ba sa ji.
Ka taimake ni kada in musanya biyayya da karɓa.
Ka taimake ni kada in daidaita abin da Ka bayyana a sarari don a fahimta.
Ka ba ni ƙarfin ci gaba,
ko da lokacin da nake jin ni kaɗai a cikin abin da nake yi.
Bari alkiblata ta kasance bisa gaskiya,
ba bisa yarda ba.
Kuma ku ci gaba da kasancewa da ni,
koda kuwa yana buƙatar fahimta.
Amin.

KWANA TA 12 — Biyayya ta ɗan lokaci har yanzu tana jinkiri

Idan Ka Kaura—Amma Ka Daina Wani Abu

"Na yi tunanin zan iya kiyaye wasu zunubai... amma duk da haka zan ci gaba ta wannan hanyar zuwa sama."
- John Bunyan, Grace Aunolding

Lokacin da na fara ƙaura, ban yi tunanin cewa dole ne in bar komai a baya ba.
Na yi tunanin zai isa a fara.
Don daidaita wasu abubuwa.
Don canza abin da aka fi gani. Don barin abin da ba daidai ba a fili.
Amma ba duka ba ne.
Akwai abubuwan da har yanzu nake son ɗauka—a hankali, a hankali, ba tare da jawo hankali ba. Abubuwan da na faɗa wa kaina ba su da tsanani, ba su da gaggawa, ba su da mahimmanci a magance su nan take.
Na shawo kan kaina cewa zan iya ci gaba da magance su daga baya.
Cewa zan iya tafiya a wannan hanyar… kuma har yanzu ina riƙe wani abu.
Kuma na ɗan lokaci, wannan ya yi kama da abin da ya dace.
Bayan haka, na riga na fara ƙaura. Ban sake zama a inda na kasance ba. Ban sake yin watsi da komai ba. Ina samun ci gaba.
Amma wani abu a cikina bai huta ba.
Domin ko da na ƙaura, na san akwai wasu sassan jikina da ba su biyo ni ba.
Wannan shine haɗarin da ba a saba gani ba.
Ba ya tsayawa.
Ba ya juyawa baya.
Amma **raba kanka** .

Inda wani ɓangare ya ci gaba,
wani kuma ya ci gaba da zama a baya.
Bunyan ya ji wannan tashin hankalin sosai.
Ba ya rubutawa a matsayin wanda ya yi adawa a fili,
amma a matsayin wanda ya yi ƙoƙarin **yin shawarwari a hankali** .
Don ajiye wani abu.
Don jinkirta wani abu.
Don sarrafa wani abu maimakon sakin sa.
Kuma a nan ne tafiyar ta zama mai sarkakiya.
Domin biyayyar da ba ta da wani tasiri na iya zama kamar ci gaba.
Zai iya jin kamar girma.
Har ma zai iya tabbatar maka cewa kana yin abin da ya isa.
Amma a ƙarƙashinsa akwai wani abu daban:
mika wuya wanda ba a gama ba
Za ka iya gane wannan.
Ina:

- Ka ɗauki matakai, amma ba wanda ka sani ya fi muhimmanci ba
- ka bar abin da ke bayyane, amma ka ɓoye abin da ke ɓoye
- kana da ɗabi'ar da ta dace, amma ba ka cika yarda da duk wani abu da ka yi ba

Kuma saboda kuna motsi, yana da sauƙi a yarda cewa komai ya daidaita.
Amma ba haka bane.
Domin ba a auna biyayya da yawan canjin da ka yi ba,
amma da abin da ka **ƙi sakin** .
To me mutum zai yi, idan ya fahimci cewa yana motsi, amma ba cikakke ba? Idan ya ga cewa abin da ya ajiye yana daidaita alkiblar rayuwarsa a hankali? Lokacin da ya san cewa abin da ya rage ba shi da juriya ba shi da tsaka-tsaki, amma mai aiki ne?
Dole ne ya fuskanci hakan.
Ba a hankali ba.
Ba daga ƙarshe ba.

Amma gaskiya.

Tambayoyin Tunani

- Me nake riƙewa har yanzu yayin da nake ƙoƙarin ci gaba?
- Ina na shawo kan kaina cewa "wannan zai iya jira"?
- Me na gyara a waje amma ban mika wuya a ciki ba?
- Wane ɓangare na rayuwata ne har yanzu yake raba?
- Me na san ina buƙatar sakewa—amma ban sani ba?

Zurfin Tunani

Bunyan bai yi gwagwarmaya ba saboda ya ƙi ƙaura.
Ya sha wahala domin ya yi ƙoƙarin yin **motsi ba tare da ya yi kasa a gwiwa ba** .
Dole ne ku gane wannan:
Biyayya ta ɗan lokaci ba ta da lahani.
Tana jinkirta abin da dole ne a fuskanta daga ƙarshe.
Tambayi kanka:
Me nake ƙoƙarin ɗauka wanda ba zai iya tafiya da ni ba?
Me na tabbatar da cewa na riga na san ba a daidaita shi ba?
Wannan ba game da kamala ba ne.
Yana game da **alkibla mara rarrabuwa** .

Tsarin Aiki (A yau kawai)

1. **Ka gano abu ɗaya da har yanzu kake riƙewa**
   . Ka kasance daidai. Babu kalmomi na gama gari.
2. **Faɗi dalilin da yasa ba ka sake shi ba**
   (tsoro, sha'awa, dacewa, hali)
3. **Ɗauki mataki mai mahimmanci don sakin sa a yau**
   Ba na alama ba ne—na gaske.
4. **Kada ka**
   sake yin shawarwari da shi a yau.

Addu'a

Ubangiji,
na fara motsawa, amma yanzu na ga cewa ban miƙa wuya
gaba ɗaya ba.
Akwai abubuwan da na ajiye,
ina tunanin zan iya ci gaba da su.
Amma na san yanzu ba su dace da wannan hanyar ba.
Ka ba ni ƙarfin gwiwar sakin abin da na riƙe.
Ka taimake ni kada in raba kaina tsakanin gaskiya da ta'aziyya.
Bari biyayyata ta zama cikakke,
ba ta son zuciya ba.
Kuma ka ƙarfafa ni in yi tafiya gaba
ba tare da hana abin da dole ne a miƙa wuya ba.
Amin.

KASHI NA 13 — Kofar da ba ta cika da mutane ba

Idan Ka Gane Kadan Ne Ke Zaɓar Abin Da Kake Zaɓa

"Sai mai bishara ya ce, 'Ka ajiye wannan hasken a idonka, ka hau kai tsaye zuwa gare shi... don haka za ka ga ƙofar."
- John Bunyan, Ci gaban Mahajjata

Lokacin da na fara tafiya, na yi tunanin wataƙila wasu za su biyo baya.
Ya yi kama da abin da ya dace. Idan abin da na gani gaskiya ne, idan abin da na ɗauka gaskiya ne, to tabbas wasu ma za su gane shi. Tabbas wasu za su ji irin wannan gaggawa, irin wannan buƙatar motsawa, irin wannan rashin son ci gaba.
Amma yayin da na ci gaba, sai na fara lura da wani abu da ban yi tsammani ba.
Hanyar da nake bi ba ta cika da mutane ba.
Akwai mutane da yawa da suka ji.
Akwai mutane da yawa da suka lura. Akwai ma da yawa da suka yarda.
Amma kaɗan ne suka ƙaura.
Na ga mutane suna tsaye daga nesa—suna da sha'awa, suna tunani, har ma suna cikin tashin hankali—amma ba su isa su tafi ba. Bai isa ya taka gaba ba. Bai isa ya wuce ta abin da Bunyan ke kira **Wicket Gate** ba—wannan kunkuntar ƙofar da ba za a iya shiga ta hanyar da ba ta dace ba ko ta hanyar jama'a, amma da kaina kawai.
Kuma wannan ya fara zama a cikina.
Wannan tafiya ba abu ne da za a iya yi ta hanyar yarjejeniya ba.
Ba za a iya yanke hukunci ta hanyar rinjaye ba. Ba za a iya tabbatar da ita ta hanyar adadin da suka amince ba.
Dole ne a zaɓe shi.

Daidaikun mutane.
Da gangan. Ba tare da tabbacin cewa wasu za su zo tare da ni ba.
Nan ne wani abu ya sake canzawa.
Domin muddin ka yi imani da cewa wasu za su bi ka, har yanzu akwai wani nau'in jin daɗi. Jin cewa ba kai kaɗai ba ne a cikin abin da kake yi. Cewa daga ƙarshe za a raba alkiblarka.
Amma idan ka fahimci cewa kaɗan ne ke zaɓar wannan hanyar, akwai wani abu da ake buƙata:
amincewa ba tare da ƙarfafawa ba
Za ka iya fara ganin wannan.
Ina:

- mutane da yawa suna fahimta, amma ba sa aiki
- mutane da yawa sun yarda, amma ba sa motsawa
- mutane da yawa suna sha'awar, amma ba sa shiga

Kuma tambayar ta zama ta sirri:
Zan ci gaba, ko da wasu ba sa yi?
Wannan ba batun warewa bane.
Yana magana ne game da **nauyin da ke kan kowane mutum** .
Domin ƙofa mai kunkuntar ba ta faɗaɗa don ta dace da fifiko.
Ta kasance yadda take—ta kasance daidai, an bayyana ta, kuma ta shiga mutum ɗaya a lokaci guda.
Bunyan ya fahimci hakan.
Bai kwatanta taron jama'a da ke shiga ƙofar ba.
Ya kwatanta wani mutum da aka nuna masa hanyar shiga ƙofar.
Shi kaɗai.
Ba a yi watsi da shi ba.
Amma **ana ɗaukar alhakin kai** .
To me mutum zai yi, idan ya ga cewa hanyar da ke gaba ba a zaɓa ta sosai ba? Lokacin da ya fahimci cewa yarjejeniya ba ta daidaita motsi ba, kuma cewa sha'awa ba ta daidaita biyayya ba?
Dole ne ya yanke shawara ko gaskiya har yanzu tana da amfani a bi ta—
ko da ba tare da rakiya ba.

Tambayoyin Tunani

- Ina na yi zaton wasu za su ƙaura tare da ni—amma ba su ƙaura ba?
- Wace gaskiya nake gani wasu suka yarda da ita amma ba sa aiki a kai?
- Ina jiran wasu kafin in cika alƙawarin?
- Ina zan samu ta'aziyya daga yarjejeniya maimakon biyayya?
- Me zan yi daban idan na san dole ne in yi tafiya a wannan ɓangaren ni kaɗai?

Zurfin Tunani

Ba a tabbatar da hanyar Bunyan ta hanyar lambobi ba.
An ayyana shi ta hanyar **alkibla** .
Dole ne ku gane wannan:
Yarjejeniya ba iri ɗaya ba ce da biyayya.
Fahimta ba iri ɗaya ba ce da motsi.
Tambayi kanka:
Ina jiran tabbaci daga wasu kafin in ci gaba?
Zan iya zaɓar wannan idan babu wanda ya yi?
Nan ne tafiyar ta zama ta sirri.

Tsarin Aiki (A yau kawai)

1. **Ka gano wani yanki inda kake jiran wasu.**
   Ka kasance mai gaskiya.
2. **Raba shawararka da martanin su**
   Rubuta a sarari:
   "Ko sun yi ko ba su yi ba, zan yi..."
3. **Ɗauki mataki ɗaya da kanka a yau**
   ba tare da shawara ba, ba tare da tabbatarwa ba.
4. **Kwatantawa Mai Hana**
   Ka mai da hankali kan alkiblarka.

Addu'a

Ubangiji,
na ga yanzu cewa wannan hanyar ba ta da mutane da yawa suka zaɓa.
Kuma ina jin nauyin tafiya inda wasu ke shakka.
Ka taimake ni kada in dogara ga yarjejeniya
lokacin da kake kirana zuwa ga biyayya.
Ka ba ni ƙarfin da zan zaɓi abin da ya dace,
koda kuwa ba a zaɓe shi sosai ba.
Ka kwantar da hankalina idan na ji ni kaɗai a hanya,
kuma ka tunatar da ni cewa ba ni kaɗai ba ne a gaskiya.
Bari in yi tafiya gaba
domin daidai ne—ba don abu ne na yau da kullun ba.
Amin.

KWANA TA 14 — Barin Abin da Ke Da Adalci

Lokacin da Tsaro Ya Saɓa wa Gaskiya

"Sai mutumin ya ce, 'Me zan yi?' Sai mai bishara ya ce masa, 'Ka gudu daga fushin da ke tafe.'"
— *John Bunyan, Ci gaban Mahajjata*

Lokacin da na fara ƙaura, na yi tunanin mafi wahalar shine barin mutane.
Na yi kuskure.
Abin da ya fi wahala shi ne barin abin da ya sa ni jin daɗi.
Akwai abubuwa a rayuwata da ba su taɓa jin kamar cikas ba.
Ba su da ƙarfi. Ba a bayyane suke ba su yi kuskure. Kawai... sun kasance masu ƙarfi. Sananne. Abin dogaro. Sun ba ni tsari ga rayuwata da kuma jin iko ga zaɓɓukana.
Sun sa rayuwa ta yi kama da wacce za a iya sarrafa ta.
Kuma saboda haka, ban yi musu tambaya ba.
Amma yayin da na ci gaba, sai na fara lura da wani abu mai tayar da hankali.
Wasu daga cikin abubuwan da suka sa na ji daɗi su ne abubuwan da suka hana ni ci gaba gaba ɗaya.
Ba su yi mini adawa kai tsaye ba.
Ba su kira ni da babbar murya ba.
Sun sauƙaƙa mini in ci gaba da **zama a inda nake** .
Nan ne gwagwarmayar ta sake canzawa.
Domin abu ɗaya ne a bar abin da ke a bayyane yake ba daidai ba.
Wani kuma shi ne a saki abin da yake ji **daidai—amma ba a daidaita shi ba** .
Bunyan ya fahimci wannan tashin hankali.
Ba wai kawai an kira Kirista ya bar Birnin Lalacewa ba. An kira shi ya matsa zuwa wani abu da bai iya gani sosai ba tukuna. Kuma ta yin hakan, dole ne ya sassauta riƙonsa ga abin da ya taɓa bayyana masa kwanciyar hankali.

Ba wai don waɗannan abubuwan suna da muni koyaushe ba, amma saboda ba za su iya tafiya tare da shi ba.
Za ka iya fuskantar wannan yanzu.
Ina:

- wani abu a rayuwarka yana jin lafiya—amma ba daidai ba yanzu
- wani abu yana jin kwanciyar hankali - amma bai sake daidaita ba
- wani abu yana jin dole - amma a hankali yana rike ka a wurin

Kuma a nan ne shakku ke ƙaruwa.
Domin kuwa akwai canjin tsoro a nan.
Ba tsoron hukunci bane kuma.
Yana zama tsoron **rasa abin da ke riƙe ka** .
Za ka fara tambaya:

- *Me zai faru idan na bar wannan ya tafi?*
- *Me ya maye gurbin wannan?*
- *Zan iya aiki har yanzu ba tare da shi ba?*

Kuma a ƙarƙashin duka akwai tambaya ɗaya:
Zan iya amincewa da abin da ban iya gani ba tukuna fiye da abin da na riga na mallaka?
Wannan ba musayar kuɗi mai sauƙi ba ce.
Domin abin da kake sakinwa a bayyane yake.
Abin da kake turawa zuwa gare shi ba haka bane.
Duk da haka, Bunyan bai gabatar da wannan a matsayin zaɓi ba.
Bai ce:
"Gyara abin da ke da daɗi."
Yana cewa:
"Tashi."
Yi gaggawa.
Yi tafiya cikin fahimta. Yi tafiya ba tare da yin shawarwari da abin da ba zai iya bin ka ba.
To me mutum zai yi, idan abin da yake jin aminci bai sake daidaita da inda yake zuwa ba? Yaushe abin da ya taɓa taimaka masa yanzu a hankali yake takura masa? Lokacin da

yake sakin sa yana jin kamar asara, amma kiyaye shi yana jin kamar jinkiri?
Dole ne ya zaɓi.
Ba tsakanin nagarta da mugunta ba,
amma tsakanin **aminci da gaskiya** .

Tambayoyin Tunani

- Me a rayuwata nake jin lafiya—amma ba zan iya sake haɗuwa da kowa ba?
- Me nake riƙewa domin yana ba ni kwanciyar hankali, ba alkibla ba?
- Ina zan zaɓi jin daɗi maimakon motsi?
- Me nake jin tsoron faruwarsa idan na bar wannan ya tafi?
- Shin ina amincewa da abin da na gani—ko kuma abin da ake kai ni gare shi?

Zurfin Tunani

Bunyan bai bar abin da ba daidai ba kawai.
Ya bar abin da ba zai iya ɗauka ba.
Dole ne ku gane wannan:
Ba duk abin da dole ka saki ba ne a bayyane yake yana da illa.
Wasu abubuwa **ba su dace da inda za ka je ba** .
Tambayi kanka:
Abin da ake ji ya zama dole—amma a hankali yana takaita ni?
Me nake jin tsoron sakewa domin ban ga abin da zai biyo baya ba?
Nan ne aminci ya fara bayyana.

Tsarin Aiki (A yau kawai)

1. **Gano abu ɗaya da kake riƙewa da shi**
   (abin da ya dace, tunani, dogaro, tsari)
2. **Tambayi gaskiya: shin wannan yana taimaka mini in motsa—ko kuma yana sa ni natsu?**

3. **Ɗauki mataki ɗaya don sassauta riƙon da kake yi a yau.**
   Ba alama ba ce—mai amfani.
4. **Kada a maye gurbinsa nan take**
   . Zauna a wurin da zai bari.

Addu'a

Ya Ubangiji,
na riƙe abin da ke da aminci, ko da lokacin da na ji ba zai daidaita ba.
Ina jin tsoron rasa abin da ya tallafa mini,
musamman lokacin da har yanzu ban ga abin da zai maye gurbinsa ba.
Amma ba na son ci gaba da zama a inda nake
kawai saboda yana jin kamar yana da kwanciyar hankali.
Ka ba ni ƙarfin hali na saki abin da dole ne in yi,
da kuma amincewa da ni don in matsa zuwa ga abin da ban iya gani ba tukuna.
Ku taimake ni in zaɓi abin da yake gaskiya
fiye da abin da yake lafiya kawai.
Kuma ku jagorance ni gaba,
koda kuwa lokacin da ake buƙatar barin ni.
Amin.

KWANA TA 15 — Lokacin da Tsohuwar Rayuwa Ta Dawo Da Kai

Jawowar Sanin da Ka Yi Tunanin Ka Bari

"Na ji ƙyamar fita daga zunubaina... duk da haka ban iya yin shiru ba."
- *John Bunyan, Grace Aunounding*

Da na fara tafiya, na yi tunanin nisan zai saukaka min.
Na yi tunanin cewa da zarar na sauka daga mulki, abin da na bari zai rasa ikonsa a kaina. Abin da na gani a sarari zai kasance a bayyane. Abin da na saki zai ci gaba da kasancewa a sake shi.
Amma nan da nan na gano wani abu da ban yi tsammani ba.
Abin da na bari a baya…
bai bar ni ba.
Ya dawo—ba koyaushe a cikin tsari ba, amma a cikin ƙwaƙwalwa.
Ba koyaushe a cikin aiki ba, amma a cikin sha'awa.
Akwai lokutan da abin da na taɓa rayuwa a ciki ya fara sake jin kamar na saba da shi—ba mai haɗari ba ne, ba mai ɓarna ba, amma mai daɗi. Na tuna da shi ba tare da nauyin da ya taɓa ni ba. Na fara tuna shi da sautuka masu laushi.
Nan ne gwagwarmayar ta zurfafa.
Domin kuwa tsohuwar rayuwa ba koyaushe take dawowa kamar yadda take ba.
Tana dawowa kamar yadda kake tunawa da ita.
Kuma ƙwaƙwalwa tana da hanyar kawar da gaggawa.
Abin da a da yake jin nauyi zai iya fara jin kamar an iya sarrafa shi.
Abin da a da yake jin ba daidai ba zai iya fara jin kamar yana nesa. Abin da a da yake matsa maka gaba zai iya fara rasa ƙarfinsa.

Bunyan ya ji wannan tashin hankali sosai.
Bai yi magana kamar wanda ya tsere gaba ɗaya ba,
amma kamar wanda ya ji an **ja shi baya a ciki** , ko da yake yana ci gaba a waje.
Akwai lokutan da yake tambaya ko ya yi nisa sosai. Lokacin da abin da ya bari ya fara zama kamar ba shi da tsanani kamar yadda yake a da. Lokacin dawowa ba ya jin kamar tawaye—amma kamar sauƙi.
Kuma wannan shine haɗarin.
Ba a fili aka ƙi ba.
Amma a yi tunani a hankali.
Za ka iya jin wannan yanzu.
Ina:

- Abin da ka bari ba ya sake jin kamar gaggawa ba
- Abin da ka saki ya fara jin daɗi kuma
- Abin da ka tafi daga nan ya fara kira—ba da ƙarfi ba, amma a hankali

Ba a matsayin umarni ba.
Amma a matsayin gayyata.
"Za ka iya dawowa... kaɗan kawai."
"Ba sai ka yi da gaske haka ba."
"Za ka iya daidaita duka biyun."
Kuma idan ba ka yi hankali ba, za ka fara yarda cewa za ka iya ɗaukar dukkan alkiblar a lokaci guda.
Amma ba za ka iya ba.
Domin abin da ka bari ba tsaka-tsaki ba ne.
Yana daga cikin abin da ake kira ka daga ciki.
To me mutum zai yi idan abin da ya bari ya fara sake jan hankali? Idan tunawa ya yi laushi, wace gaskiya ce aka taɓa bayyana a fili? Idan dawowa ba ta jin kamar gazawa—amma kamar sauƙi?
Dole ne ya tuna—ba a cikin motsin rai ba,
amma da gaskiya.
Dole ne ya tuna ba yadda abin yake ji ba,
amma yadda **yake** .

Tambayoyin Tunani

- Me daga baya na fara jin daɗi kuma?
- Ina nake tunawa da kai a zahiri—ba tare da cikakken gaskiya ba?
- Me na fara sake tunani a kai da na riga na bari?
- Me ya fi sauƙi a koma baya fiye da ci gaba gaba?
- Ina nake jarabtar in "daidaita" abin da na san ba zai iya rayuwa ba?

Zurfin Tunani

Ba wai kawai Bunyan yana faɗa da abin da ke gabansa ba. Yana yaƙi da abin da ke **bayansa—amma har yanzu yana nan a shirye** .

Dole ne ku gane wannan:

Abin da ya gabata ba ya dawowa a matsayin gaskiya.

Yana dawowa a matsayin **abin tunawa wanda aka tsara ta hanyar jin daɗi** .

Tambayi kanka:

Shin ina tunawa a sarari—ko kuma zabi?

Me na taba gani da ya sa na tafi?

Kada ka bari ƙwaƙwalwa ta sake rubuta abin da gaskiya ta riga ta bayyana.

Tsarin Aiki (A yau kawai)

1. **Ka gano abu ɗaya da kake son mayar wa da kai.**
   Ka kasance mai gaskiya.
2. **Rubuta ainihin abin da yake—ba yadda kake tunawa da shi**
   ba. Ka rubuta a sarari.
3. **Ka tuna wa kanka dalilin da ya sa ka bar shi.**
   Ba a cikin motsin rai ba—a zahiri.
4. **Ka sake ƙirƙirar tazara—da gangan**
   Ka ƙarfafa rabuwarka.

Addu'a

Ubangiji,
ina jin jan hankalin abin da na bari a baya.
Abin da ya taɓa korar ni
yanzu ya fara jin kamar na saba.
Ka taimake ni kada in taɓa ruɗe ni da tunani.
Ka taimake ni in tuna da kyau—ba zaɓi ba.
Ka ƙarfafa ni in tsaya tsayin daka
idan na ji sha'awar komawa.
Kada in sake gina abin da Ka kira ni daga ciki.
Ka sanya zuciyata ta yi ƙarfi,
kuma ka sa alkiblata ta kasance a sarari.
Amin.

KWANA TA 16 — Ketare Layin Cikin Gida

Lokacin da Shawarar ta Zama a Cikinka

"Sai na gani a mafarkina, cewa ya ci gaba da haka, har sai da ya zo bakin ƙofar... can ya kwankwasa."
- *John Bunyan, The Pilgrim's Progress*

Akwai lokacin da na fuskanci matsala ta rashin komawa ko zan dawo.
Ya zama game da ko da gaske na tafi.
Har zuwa wannan lokacin, na ƙaura. Na amsa. Na ƙi amincewa da abin da ya kira ni. Amma har yanzu akwai wani abu da ba a warware shi ba a cikina—wani ɗan jinkiri, wurin da ban riga na yanke shawara sosai ba tukuna.
Na fita daga waje.
Amma a ciki, har yanzu ina tattaunawa.
Har yanzu akwai tambayoyi da ban warware ba. Har yanzu ina mamakin ko zan iya komawa — ba gaba ɗaya ba, amma wani ɓangare. Har yanzu dai a bayyane yake ga ra'ayin cewa zan iya daidaita alkiblata idan abubuwa suka yi tsauri.
Kuma a nan ne na fahimci wani abu mai mahimmanci.
Ba a tabbatar da tafiyar ta hanyar motsi kaɗai ba.
Ana tabbatar da ita ta hanyar **shawara** .
Ba irin wanda aka yi magana da sauri ba,
amma irin wanda aka yi magana da shi ya zauna sosai.
Bunyan ya bayyana Kirista yana isa ƙofar—ba yawo ba, ba ya zagayawa, amma yana zuwa da niyya. Bai yi kasa a gwiwa ba wajen zuwa. Ya zo wurin domin an riga an warware wani abu a cikinsa.
Kuma idan ya iso, bai yi jinkiri ba.
Yana ƙwanƙwasawa.
Wannan shine lokacin da tafiyar ta sake canzawa.
Ba wai saboda komai a bayyane yake ba,
amma saboda wani abu a cikinka ya zama **na ƙarshe** .

Watakila kana kusantar wannan wuri.
Ina:

- Ba ka sake yin muhawara ko za ka koma ba
- Ba ku sake yin nishaɗin madadin ba
- Ba ka da sauran sarari ga abin da ka riga ka bari

Ba don kana jin ƙarfi ba,
amma saboda ka **yanke shawara** .
Wannan ba ƙarar magana ba ce.
Ba abin mamaki ba ne.
Yana da shiru.
Amma yana da ƙarfi.
Kuma da zarar an ketare wannan layin a ciki, wani abu zai canza.
Ba ka sake jan hankali zuwa ga hanyoyi biyu ba.
Ba ka sake raba tsakanin abin da ka sani da abin da kake ji ba.
Za ka fara tafiya da wani irin haske daban—ba wai don hanyar ta fi sauƙi ba, amma saboda matsayinka ya daidaita.
To me mutum zai yi, idan ya fahimci cewa ainihin ketarewa ba ta taɓa fitowa daga waje ba? Idan ya ga cewa mafi mahimmancin matakin ba shine ya tafi da jiki ba, amma ya yanke shawara a zuciya cewa ba zai dawo ba?
Yana ci gaba.
Ba tare da shakka ba.
Amma tare da daidaitawa.

Tambayoyin Tunani

- Ina har yanzu ban yanke shawara a cikin gida ba?
- Wane ɓangare nawa ne har yanzu yake barin ɗaki don komawa?
- Me na yi a waje wanda har yanzu ban zauna a ciki ba?
- Wace shawara na jinkirta yankewa gaba ɗaya?
- Yaya zai kasance a gare ni idan na daidaita kaina gaba ɗaya?

Zurfin Tunani

Ba wai kawai Bunyan ya matsa zuwa ƙofar ba.
Ya isa wurin ya **warware** .
Dole ne ku gane wannan:
Za ka iya ci gaba a waje kuma ka ci gaba da kasancewa cikin rabuwa a cikin gida.
Rabuwar gaskiya tana faruwa ne lokacin da shawarar ta zama ta ƙarshe a cikinka.
Tambayi kanka:
Shin da gaske na yanke shawara—ko kuma har yanzu ina tattaunawa?
Me zai canza idan na cire zaɓin komawa gaba ɗaya?
Nan ne haske ke zama ƙarfi.

Tsarin Aiki (A yau kaɗai)

1. **Ka gano wani yanki da har yanzu kake da rarrabuwar kawuna a cikin gida.**
   Ka yi gaskiya.
2. **Rubuta wannan jumla a sarari:**
   "Na yanke shawarar cewa ba zan sake ba..."
3. **Cire zaɓin juyawa**
   a tunani da kuma a aikace.
4. **Ɗauki mataki ɗaya na tabbatar da daidaito a yau**
   Bari aikinka ya dace da shawararka.

Addu'a

Ya Ubangiji,
na ga yanzu na ƙaura, amma ba koyaushe nake zaune a ciki ba.
Akwai wurare da na kasance cikin rarrabuwar kawuna—
ci gaba, amma har yanzu ina kallon baya.
A yau, na zaɓi yanke shawara gaba ɗaya.
Ku taimake ni in rufe ƙofar
abin da na riga na bari.
Ka ba ni zuciya mai ƙarfi
wadda ba ta komawa ga abin da Ka kira ni daga gare shi ba.

Bari alkiblata ta bayyana sarai,
ba kawai a cikin abin da nake yi ba, har ma a cikin wanda na zama a ciki.
Amin.

MATAKI NA 3 — Rikici (Kwanaki 17–24)

Gwagwarmaya, shakku, adawa, juriya

KWANA TA 17 — Damuwar da Ba Ku Ganta Ba Tana Zuwa

Lokacin da Tafiya Ta Yi Wuya Bayan Ka Fara

"Sai na gani a mafarkina, da suka gama wannan magana, sai suka matso kusa da wani rami mai cike da laka... kuma, kasancewar ba su kula ba, sai suka faɗa ba zato ba tsammani cikin dajin."
- John Bunyan, The Pilgrim's Progress

Na yi tunanin cewa da zarar na fara, abubuwa za su ƙara bayyana.
Watakila ba abu ne mai sauƙi ba—amma aƙalla ya fi kwanciyar hankali. Na bar abin da nake buƙatar barinwa. Na gama abin da nake buƙatar warwarewa. Na yanke shawarata. Amma ban yi tsammanin wannan ba.
Kasa da ke ƙarƙashina ta bace.
Abin da ya yi kama da ci gaba gaba ya zama gwagwarmaya ba zato ba tsammani. Takalma na sun yi jinkiri. Tafiyata ta yi rauni. Abin da na yi alƙawarin yi yanzu ya yi mini wahala fiye da yadda na zata.
Na tsinci kaina a cikin abin da Bunyan ya kira **Slough of Despond** - wuri ne da ba na adawa daga waje ba, amma na nauyi na ciki. Wuri ne da komai ya sake jin kamar ba a fayyace shi ba, ba don gaskiya ta canza ba, amma saboda gogewata ba ta sake daidaita da abin da nake tsammani ba.
Na fara.
To me yasa na ji kamar ina nutsewa?
Nan ne mutane da yawa ke cikin fargaba.
Domin muna ɗauka cewa da zarar mun yanke shawara, hanyar za ta tabbatar mana.
Amma Bunyan ya nuna wani abu daban.
Abu na farko da za ka fuskanta bayan motsi na gaske ba shine tabbatarwa ba.
Juriya ce .

Ba lallai bane daga wasu.
Amma daga ciki.
Nauyin abin da kake ɗauke da shi ya fara matsawa sosai.
Tsoffin tunani sun sake bayyana. Shakku ya fara raɗawa—ba da ƙarfi ba, amma a ci gaba.
Za ka fara tambaya:

- *Shin na yi sauri sosai?*
- *Na fahimci wani abu ba daidai ba?*
- *Me yasa wannan ya fi wahala yanzu fiye da da?*

Kuma a ƙarƙashinsa akwai tambaya mai natsuwa:
Shin fara kuskure ne?
Bunyan ya bayyana yadda Christian ya faɗa cikin wannan laka—yana fama, yana jin nauyi, ba zai iya ci gaba cikin sauƙi ba. Kuma abin da ya ƙara masa wahala ba wai kawai yanayin ƙasa ba ne, amma gaskiyar cewa bai yi tsammani ba.
Ya yi tunanin motsi zai kawo sauƙi.
Madadin haka, ya fallasa nauyi.
Za ka iya jin wannan yanzu.
Ina:

- Abin da ka yi alƙawari a kai yanzu yana da nauyi
- Abin da ka bari a baya ya fi sauƙi idan aka kwatanta da
- abin da a da yake jin a sarari yanzu yana da rikitarwa

Ba don ba a fayyace shi ba ne—
amma saboda yanzu kana **cikin sa gaba ɗaya** .
Wannan ba gazawa ba ne.
Wannan shine farkon **rikici** .
To me mutum zai yi, idan hanyar da ya zaɓa ba ta ƙarfafa shi nan take ba, sai dai ta bayyana yadda yake rashin kwanciyar hankali? Lokacin da ƙasa da ke ƙarƙashinsa ta canza, kuma ya ji kansa yana nutsewa—ba daga gaskiya ba, amma cikin gaskiyar abin da zai kashe?
Dole ne ya fahimci wannan:
Gwagwarmayar ba hujja ba ce da ke nuna cewa ka yi kuskure da ka fara.
Shaida ce da ke nuna cewa ka fara.

Tambayoyin Tunani

- Me ya zama mafi wahala tun lokacin da na yanke shawarar ci gaba?
- Ina na yi tsammanin abubuwa za su inganta nan take—amma ba su inganta ba?
- Waɗanne tunani ne suka taso da ke sa ni yin shakkar alkiblata?
- Ina nake jin kamar ina "nutsewa" a yanzu?
- Shin ina fassara wahala a matsayin gazawa?

Zurfin Tunani

Bunyan bai sanya fadama ba kafin tafiyar.
Ya sanya shi **a farkonsa** .
Dole ne ku gane wannan:
Fafutukar farko ba alama ce ta rashin fahimta ba.
Alamar **hulɗa ce da gaskiya** .
Tambayi kanka:
Me na yi tsammanin wannan zai ji?
Shin na karaya ne saboda ba daidai ba ne—ko kuma saboda yana da wahala?
Waɗannan ba iri ɗaya ba ne.

Tsarin Aiki (A yau kawai)

1. **Gano inda kake jin juriya a yanzu**
   . Ka yi takamaimai.
2. **Raba matsala daga alkibla**
   Rubuta:
   "Wannan yana da wahala—amma ba laifi ba ne."
3. **Ka ɗauki mataki ɗaya gaba ko ta yaya**
   Ko da kuwa yana jin nauyi.
4. **Kada ka kimanta ci gabanka a hankali a yau.**
   Ka kasance cikin nutsuwa.

Addu'a

Ubangiji,
ban yi tsammanin zai ji wannan wahalar ba da daɗewa ba.
Na yi tunanin cewa farawa zai kawo haske,
amma maimakon haka ina jin juriya.
Ka taimake ni kada in yi kuskuren fassara wannan lokacin.
Ka taimake ni in ga cewa gwagwarmaya ba ta nufin na yi kuskure da na fara ba.
Ka ba ni ƙarfin tsayawa
lokacin da na ji rashin kwanciyar hankali, da kuma ci gaba
lokacin da na ji karaya.
Ka kiyaye ni daga komawa baya
kawai domin wannan yana da wahala.
Kuma ka koya mini tafiya gaba
ko da lokacin da ƙasa ta ji rashin tabbas.
Amin.

KWANA TA 18 — Lokacin da Ci gaba Ya Ji Kamar Rashin Nasara

Lokacin da Kake Ci Gaba - Amma Ba Ka Jin Daɗin Hakan

"Na kasance nauyi da tsoro ga kaina... Ban ga yadda zan iya samun ceto ba."
- *John Bunyan, Grace Abounding*

Na fara motsawa.
Na bar abin da ba zan iya ci gaba da zama a ciki ba. Na yanke shawara. Har ma na jure juriya ta farko da ta zo da ita. Duk da haka, yayin da na ci gaba, wani abu ya dame ni ta hanyar da ban yi tsammani ba.
Ban ji kamar ina samun ci gaba ba.
Idan akwai wani abu, na ji kamar na fi muni.
Abin da na gani a cikin kaina ya yi kama da mafi haske, amma bai fi kyau ba. Abin da na ji a cikina ya yi kama da ya fi nauyi, ba mai sauƙi ba. Da zarar na ci gaba, haka nan na ƙara fahimtar abubuwa—ba wai nisan da na yi ba, amma har yanzu ba a warware su ba.
Wannan ya dame ni.
Domin na yi zaton cewa wannan motsi zai yi kama da ci gaba.
Wannan canjin zai ji kamar sauƙi.
Wannan ci gaban zai ji kamar ƙarfi.
Amma maimakon haka, na ji kamar an fallasa ni.
Bunyan ya rubuta game da wannan tashin hankali da gaskiya mai ban mamaki. Bai bayyana ci gaba da tashi daga rudani zuwa fahimta ba, amma zurfafa fahimtar da ke kama da koma baya. Yayin da yake kusantar gaskiya, haka nan yake ganin abin da bai daidaita a cikinsa ba.
Kuma wannan ya sa shi tambayar kansa.
Ba shawararsa ba ce,
amma yanayinsa.

Za ka iya jin wannan yanzu.
Ina:

- Kana yin abin da ka san daidai ne
- amma ba ka jin ƙarfi
- Ba ka jin daɗi sosai
- ba ka jin "mafi kyau"

Kuma saboda wannan, tunani mai natsuwa ya fara samuwa:
Shin da gaske ina ci gaba ne… ko kuwa ina gazawa ne?
Nan ne mutane da yawa ke karaya.
Ba wai don sun tsaya ba,
sai dai saboda sun yi kuskuren fahimtar abin da ke faruwa.
Domin kuwa ci gaba na gaskiya ba koyaushe yake jin kamar ci gaba ba.
Wani lokaci, yana jin kamar **fallasa** .
Za ka fara ganin abubuwan da ba ka taɓa gani ba a da—ba wai don sabo ne ba, amma saboda yanzu ka kusa gane su.
Abin da a da yake ɓoye yana bayyana. Abin da a da ake watsi da shi ba zai zama abin da ba za a iya musantawa ba.
Kuma wannan zai iya jin kamar komawa baya.
Amma ba haka bane.
Aikin da ake buƙata na gani a sarari ne.
Bunyan bai koma baya ba.
Ya **fara sani** .
Kuma idan aka zurfafa sani, sau da yawa yakan ji kamar raguwa—saboda ba wai kana auna kanka da abin da ka saba gani ba ne, sai dai abin da ake bayyanawa yanzu.
To me mutum zai yi, idan tafiyarsa ta gaba ta ji kamar gazawa? Idan biyayya ba ta samar da ƙarfi nan take ba, amma maimakon haka ta gano rauni da bai taɓa lura da shi ba a da?
Dole ne ya koyi aunawa daban.
Ba wai ta yadda yake ji ba,
sai ta inda yake fuskanta.

Tambayoyin Tunani

- Ina nake jin kamar ina gazawa—ko da yake ina ci gaba?
- Me ya ƙara bayyana a raina tun lokacin da na fara wannan tafiya?
- Me nake tsammanin ci gaba zai ji?
- Ina na karaya saboda ina jin kamar an fallasa ni?
- Shin ina auna girma ta hanyar ji ne—ko kuma ta hanyar alkibla?

Zurfin Tunani

Bunyan bai girma da jin ƙarfi ba.
Ya girma ta hanyar **gani sosai** .
Dole ne ku gane wannan:
Ba koyaushe ake jin ci gaba a matsayin ƙarfi ba.
Wani lokaci ana jin sa a matsayin **sani** .
Tambayi kanka:
Me nake gani yanzu da ban taɓa gani ba a da?
Da na gane wannan bayan 'yan matakai kaɗan?
Wannan ba gazawa ba ne.
Wannan shine haske.

Tsarin Aiki (A yau kawai)

1. Ka gano wani yanki da kake jin kamar kana gazawa . Ka yi gaskiya.
2. Sake fasalta shi a sarari:
   "Wannan ba gazawa ba ce. Wannan sani ne."
3. Rubuta abin da ka gani yanzu wanda ba ka gani a da ba
4. Ci gaba da aiki ɗaya na biyayya ba tare da kimanta yadda take ji ba

Addu'a

Ya Ubangiji,
na ji karaya, ba don na daina ba, amma saboda ban ji kamar ina ci gaba ba.

Abin da nake gani a cikin kaina yana jin nauyi fiye da da.
Abin da nake ji a cikina yana jin kamar ba a warware shi ba.
Ka taimake ni kada in yi kuskuren karanta wannan lokacin.
Ka taimake ni in ga cewa abin da ake bayyanawa ba alama ce ta gazawa ba, amma mataki ne na bayyanawa.
Ka ba ni hakuri da wannan tsari.
Ka taimake ni in ci gaba ba tare da bukatar jin karfi nan take ba.
Kuma ka koya mini in amince da
abin da kake yi mini, ko da kuwa ban ji canjin ba tukuna.
Amin.

KWANA TA 19 — Muryar Mai Zargi

Idan An Yi Amfani da Abin da Kake Gani Game da Kai A Kanka

"Na yi tunani da kaina, wannan shine halina... kuma ni mutum ne kawai da ya ɓace kuma bai lalace ba."
- *John Bunyan, Grace Aunolding*

Da na fara gani sosai, ban yi tsammanin abin da zai biyo baya ba.
Na yi tunanin cewa sanin hakan zai kai ni gaba. Ganin gaskiya zai ƙarfafa ni. Wannan fahimtar yanayin da nake ciki zai taimaka mini in ci gaba da kasancewa da tabbaci.
Amma maimakon haka, wani abu ya fara magana.
Ba daga waje na ba,
amma daga ciki.
Bai yi kama da wanda ba a saba gani ba. Bai zo da ƙarfi ba. Ya zo a hankali, a hankali, kuma da wata irin dabara da ke da wahalar watsi da ita.
Ya ɗauki abin da na fara gani game da kaina—ya kuma juya mini baya.
Ya ce:
Yanzu ka ga abin da kake.
Ka ga yadda kake nesa da abin da ke daidai. Ka ga abin da har yanzu ba a warware shi ba.
Sannan ya ƙara da cewa:
Babu wata hanya da za ku bi.
Nan ne gwagwarmayar ta sake canzawa.
Domin a da, ina fama da juriya. Da rashin tabbas. Da wahala.
Amma yanzu, ina fama da **zargi** .
Ba gyara ba.
Ba jagora ba. Amma la'anta.
Bunyan ya rubuta wannan da gaskiya mai zafi. Ya bayyana lokutan da nauyin abin da ya gani game da kansa ya yi nauyi

har ya daina jin kamar wani abu da za a iya magance shi - yana jin kamar wani abu ne da ya bayyana shi gaba ɗaya.
Bai yi shakkar ko ya fara ba.
Ya yi tambaya ko yana da muhimmanci.
Kuma wannan ita ce muryar da ke fitowa a nan.
Ba muryar da ke gaya maka ka juya baya ba.
Amma muryar da ke gaya maka:
Babu amfanin ci gaba.
Za ka iya gane wannan.
Ina:

- abin da kake gani a cikin kanka yanzu yana da ban tsoro
- abin da a da yake sani yanzu yana jin kamar shaida a kanku
- abin da ka yi tunanin zai haifar da sauyi yanzu yana haifar da karaya

Za ka fara tunani:
Watakila wannan shine kawai abin da nake.
Watakila wannan ba zai iya canzawa ba. Watakila na riga na yi nisa sosai.
Wannan ba gaskiya ba ne.
Wannan zargi ne.
Domin gaskiya tana bayyana domin ta ci gaba.
Zargi ya bayyana domin ya rufe maka baki.
Ba wai kawai Bunyan ya yi fama da abin da ya gani ba.
Ya sha wahala da abin da wannan gani ya fara **faɗa game da shi** .
Kuma na ɗan lokaci, ya yi imani da hakan.
Bai ga kansa a matsayin wanda ke cikin tsari ba,
amma a matsayin wanda ya wuce shi.
To me mutum zai yi, idan abin da ya gani game da kansa ya fara magana da ƙarfi fiye da abin da ya san gaskiya ne?
Lokacin da wayar da kan jama'a ta yi nauyi, ba don ƙarya ba ne, amma saboda an yi amfani da shi ba daidai ba?
Dole ne ya koyi bambance muryoyin.
Domin ba duk abin da ke magana daga cikinka
yake faɗin gaskiya ba.

Tambayoyin Tunani

- Waɗanne tunani ne na yi kwanan nan da suke jin suna suka maimakon ja-gora?
- Ina wayewa ta koma karaya a gare ni?
- Me nake fara yarda da shi game da kaina wanda yake jin kamar ƙarshe ne ko kuma ba shi da bege?
- Wace murya nake sauraro da ke gaya min babu wata hanya ta gaba?
- Menene bambanci tsakanin abin da na gani da abin da nake kammalawa daga gare shi?

Zurfin Tunani

Bunyan ya gani a sarari.
Amma ya kusan rasa kansa a cikin abin da ya kammala daga wannan bayanin.
Dole ne ku gane wannan:
Ganin gaskiya game da kanka
ba iri ɗaya bane da fahimtar ma'anarta.
Ɗaya yana haifar da ci gaba.
Ɗayan kuma yana iya haifar da yanke ƙauna.
Tambayi kanka:
Me nake gani?
Kuma me nake cewa game da abin da na gani?
Waɗannan ba iri ɗaya ba ne.

Tsarin Aiki (A yau kawai)

1. Gano wani ra'ayi da ka yi imani da shi wanda ya yi Allah wadai da shi
   . Rubuta shi a sarari.
2. Raba abin lura daga ƙarshe
   Misali: "Ina ganin wannan a cikin kaina" ba iri ɗaya bane da "Saboda haka, ba ni da canji sosai"
3. ƙin amincewa da ƙarshen—ba sanin komai ba
4. Ci gaba da yin biyayya ɗaya a yau
   ko da kun ji an hana ku yin hakan

Addu'a
Ya Ubangiji,
ina ganin abubuwa a cikin kaina waɗanda ba zan iya yin watsi da su ba.
Amma kuma ina jin abubuwan da ke min nauyi—
suna gaya mini cewa abin da na gani yana bayyana ni gaba ɗaya.
Ka taimake ni in gane abin da yake gaskiya,
da kuma abin da ake amfani da shi a kaina.
Kada ka bari in mayar da hankali zuwa baƙin ciki.
Kada ka bari in yarda cewa na wuce gona da iri.
Ka ba ni haske don in gani daidai,
kuma ka ba ni ƙarfin ci gaba ko da lokacin da na ji karaya.
Ka tunatar da ni cewa abin da aka bayyana
ba a yi shi don kawo ƙarshena ba, amma don ya jagorance ni gaba.
Amin.

KWANA TA 20 — Jagororin Karya da Hanyoyi Masu Sauƙi

Lokacin da Ba Kowanne Murya Mai Amfani Yake Kai Ka Daidai Ba

"Sai na ga a mafarkina cewa Kirista ya ci gaba... sai ga wasu mutane biyu sun haɗu da shi... waɗanda suka shawo kansa ya tafi tare da su, domin hanyarsu ta fi kyau."
- *John Bunyan, The Pilgrim's Progress*

Na fara ƙaura, kuma na jure fiye da yadda na zata.
Na fuskanci turjiya, ruɗani, da nauyin abin da na fara gani a cikin kaina. Ban juya baya ba. Na ci gaba, ko da lokacin da yake da wahala.
Kuma watakila saboda hakan, ban yi tsammanin abin da zai biyo baya ba.
Ba a sake jan ni baya ba.
Ana gayyatara... a gefe.
Maza sun zo wurina—ba sa adawa da tafiyata, ba sa yin izgili ga alkiblata, amma suna ba da wani abu da ya yi kama da taimako. Ba su yi shakkar cewa ina ƙaura ba. Ba su musanta cewa ina neman wani abu na gaske ba.
Sun ba da shawara ne kawai:
Akwai hanya mafi sauƙi.
Ya yi kama da abin da ya dace.
Me yasa ake gwagwarmaya ba tare da wata matsala ba? Me yasa ake bin hanya mai wahala alhali akwai wasu hanyoyi da suka nuna suna tafiya a hanya ɗaya? Me yasa ake jure abin da yake da nauyi idan akwai wani abu mai sauƙi?
Kuma saboda na riga na gaji—na riga na miƙe, na riga na yi rashin tabbas—na saurara.
Nan ne haɗarin ya zama a ɓoye.

Domin ba kowace juyawar da ba daidai ba ce ke bayyana a matsayin tawaye.
Wasu suna bayyana a matsayin **ci gaba** .
Bunyan ya bayyana yadda aka shawo kan Christian ya bar kunkuntar hanyar ya bi abin da ya zama kamar hanya mafi kyau—mai santsi, sauƙi, kuma mai sauƙin sarrafawa. Ba ya jin kamar an yi watsi da shi. Yana jin kamar daidaitawa.
Amma yana kaiwa wani wuri gaba ɗaya.
Za ka iya samun kanka a nan.
Ina:

- Ba ka tunanin komawa baya
- Ba ka ƙin abin da ka sani ba

Amma ana ba ku wani abu da yake jin kamar ya fi kyau.
Wani abu:

- ya fi daɗi
- mafi inganci
- ƙasa da buƙata

Kuma yana zuwa da tunani.
Yana cewa:

- *Wannan har yanzu yana aiki*
- *Wannan har yanzu yana ci gaba*
- *Wannan kawai hanya ce mai wayo don yin hakan*

Kuma saboda ba a jin kuskure,
yana da wuya a tsayayya.
Amma a nan ne ake buƙatar haske.
Domin tambayar ba ta nan:
Shin hakan ba daidai ba ne?
Yana zama:
Shin wannan **ya dace** ?
Gargaɗin Bunyan daidai ne.
Hanyar ba ta da tsari,
sai dai saboda tana da **tsari na musamman** .
Kuma idan ka bar shi—ko da ɗan lokaci kaɗan—ba ka sake yin sa ba.
To me mutum zai yi, idan aka ba shi wani abu da yake da amfani, mai ma'ana, kuma mai sauƙi fiye da abin da yake

tafiya a yanzu? Idan madadin bai yi kama da kuskure ba, amma kamar ci gaba?
Dole ne ya gwada shi.
Ba ta yadda yake ji ba,
sai ta inda yake kaiwa.

Tambayoyin Tunani

- Waɗanne zaɓuɓɓuka "masu sauƙi" ne nake sha'awarsu a yanzu?
- Waɗanne shawarwari ko madadin suna da amfani—amma ƙila ba su dace ba?
- Ina nake sha'awar daidaita hanyar maimakon tsayawa a kanta?
- Me ya fi sauƙi—amma ba ya buƙatar kaɗan daga gare ni?
- Shin ina zaɓar abin da ya dace ne—ko kuma abin da ya fi daɗi?

Zurfin Tunani

Ba a taɓa ɓatar da Bunyan da wani abu da ba daidai ba a fili.
ya ji daɗi ya jagorance shi .
Dole ne ku gane wannan:
Ba kowace murya mai taimako ce jagora ta gaskiya ba.
Ba kowace hanya mai sauƙi ba ce ke kai ga inda ya dace.
Tambayi kanka:
Me nake tunani a yanzu da ya fi sauƙi fiye da abin da na san ana buƙata?
Me ya sa yake burge ni?
Nan ne fahimi ya zama dole.

Tsarin Aiki (A yau kawai)

1. Gano zaɓi ɗaya "mafi kyau" ko "mafi sauƙi" da kake la'akari da shi
   . Ka kasance mai gaskiya.
2. Kwatanta shi da abin da ka riga ka san daidai ne
   Ba ta hanyar ji ba—amma ta hanyar daidaitawa.
3. Zaɓi daidaitawa fiye da sauƙi a yau

4. Ka ci gaba da bin hanyar da ka sani—ko da kuwa za ta yi maka wahala

Addu'a

Ya Ubangiji,
na ga cewa ba kowace hanya da take jin daidai take kaiwa inda ya kamata ba.
Ina sha'awar abin da ya fi sauki,
abin da ya fi sauki a iya sarrafa shi, da kuma abin da ya dace.
Amma ba na son in bar abin da ka sanya a gabana
don wani abu da ya fi kyau.
Ka ba ni fahimta don gane abin da bai dace ba,
koda kuwa yana da ma'ana.
Ka taimake ni in tsaya tsayin daka a kan hanya,
ba don zaɓar sauki fiye da gaskiya ba.
Kuma ku kiyaye ni daga abin da kawai ya bayyana daidai ne ya ja ni

.

Amin.

KWANA TA 21 — Lokacin da Gaskiya Ta Zama Mai Tsada

Lokacin da Biyayya Ta Bukaci Fiye da Abin da Ka Yi Shirin Bayarwa

"Sai Kirista ya ce, 'Dole ne in yi ƙoƙari... ko da na halaka.'"
- John Bunyan, The Pilgrim's Progress

Na yi tunanin cewa da zarar na fara, kuma da zarar na jure wa gwagwarmayar farko, hanyar za ta zama abin da za a iya sarrafawa.
Ba abu mai sauƙi ba, amma mai dorewa.
Amma sai wani lokaci ya zo da na fahimci wani abu da ban yi cikakken tunani a kai ba.
Wannan hanyar za ta kashe min kuɗi fiye da yadda na yi niyyar bayarwa.
Har zuwa wannan lokacin, na ba da abin da nake ganin ya zama dole—hankalina, alkiblata, da kuma son yin tafiya. Na bar abubuwa a baya. Na yi tsayayya da abin da ya ja ni baya. Na ci gaba ko da lokacin da yake da wahala.
Amma yanzu, ana buƙatar wani abu mai zurfi.
Ba daidaitawa ba.
Ba ƙoƙari ba.
Amma mika wuya a wuraren da ban taɓa ba tukuna.
Bunyan ya bayyana lokutan da Kirista dole ne ya ci gaba ko da lokacin da farashin ya bayyana - lokacin da tafiya ba ta da tushe, amma tana da wahala. Lokacin da biyayya ba ta game da farawa ba, amma game da **ci gaba da farashi** .
Kuma a nan ne mutane da yawa suka sake yin shakka.
Domin abu ɗaya ne a fara lokacin da farashin bai bayyana ba.
Wani kuma shi ne a ci gaba lokacin da farashin ya bayyana.
Za ka iya jin wannan yanzu.
Ina:

- abin da ake nema daga gare ku yana jin fiye da yadda kuke tsammani
- abin da dole ne ka saki yana jin yana da mahimmanci fiye da da
- Abin da biyayya ke buƙata ba shi da sauƙi kuma

Za ka fara ganin cewa wannan ba abu ne da za ka iya sarrafawa ba tare da komai ba.
Yana neman fifiko.
Yana neman sake tsara tsari. Yana neman sadaukarwa.
Kuma wani abu a cikinka yana tsayayya—ba don ba ka yi imani ba, amma saboda ba ka yi tsammanin zai buƙaci haka ba.
Za ka iya fara tambaya:
Shin wannan ya zama dole?
Shin wannan ya yi yawa? Ba zan iya yin wani ɓangare na wannan hanyar ba tare da bayar da duk wannan ba?
Amma a nan ne hanyar ta sake bayyana.
Domin gaskiya ba ta yin sulhu da abin da take buƙata.
Yana bayyana—sannan yana jiran amsarka.
Bunyan bai nuna Kirista a matsayin wanda ke ƙaura ba tare da kudi ba. Yana gabatar da shi a matsayin wanda **ya ci gaba duk da haka** .
Ba don yana da ƙarfi ba,
sai don ya yi nisa da zai iya komawa baya.
To me mutum zai yi, idan biyayya ta fara buƙatar abin da yake fatan ci gaba da yi? Lokacin da hanyar ba wai kawai ta buƙaci motsi ba, har ma da mika wuya wanda ke jin tsada, rashin dacewa, har ma da tayar da hankali?
Dole ne ya sake yanke shawara.
Ba gaskiya ba ne ko gaskiya ne,
amma ko yana da daraja.

Tambayoyin Tunani

- Menene biyayya ke ɓata min rai a yanzu da ban yi tsammani ba?
- Me ake buƙata in saki wanda ke jin mahimmanci?
- Ina nake adawa da hakan saboda farashin yana jin tsada sosai?
- Me nake ƙoƙarin kiyayewa wanda ƙila ba zai dace da wannan hanyar ba?
- Shin ina ganin wannan ya cancanci a ci gaba da shi—a wannan farashin?

Zurfin Tunani
Bunyan bai tsaya ba lokacin da farashin ya bayyana.
Ya ci gaba da cewa lokacin da abin ya bayyana.
Dole ne ku gane wannan:
Kudin ba yana nufin wani abu ya yi daidai ba.
Sau da yawa yana nufin wani abu **gaskiya ne** .
Tambayi kanka:
Me ake nema na in daina wanda ban yi niyya ba?
Me yasa yake jin wahala?
Nan ne imani ya zama sadaukarwa.

Tsarin Aiki (A yau kawai)

1. Ka gano wani yanki da biyayya take da tsada
 . Ka yi takamaimai.
2. Faɗi abin da ke ɓata maka rai
 (lokaci, jin daɗi, suna, iko, tsaro)
3. Ka yanke shawara a yau:
 "Zan ci gaba—ko da kuwa da wannan kuɗin."
4. 'Dauki mataki ɗaya da ke nuna wannan shawarar

Addu'a
Ubangiji,
na ga yanzu cewa wannan hanyar ta fi tsada fiye da yadda na zata.
Na bayar da wasu abubuwa,
amma yanzu ana neman in bayar da ƙari.
Kuma ina jin nauyin hakan.

Ka taimake ni kada in yi tsayayya
kawai saboda yana da tsada.
Ka ba ni ƙarfin ci gaba
idan yana buƙatar fiye da yadda na tsara.
Ka koya mini in amince cewa abin da Ka tambaya
ba shi da yawa—amma dole ne.
Kuma ku taimake ni in zaɓi biyayya,
koda kuwa hakan zai kashe ni.
Amin.

KWANA TA 22 — Nauyin Yaƙin Cikin Gida

Lokacin da Sha'awa da Horarwa suka Jawo Ka a Akasin Hanya

"Na sami gwagwarmaya a cikina… jiki da ruhu suna yaƙi."
- *John Bunyan, Grace Abounding*

Na yi tunanin cewa da zarar na zaɓi wannan hanyar, gwagwarmayata za ta ƙara bayyana.
Cewa abin da yake daidai zai ji daidai, abin da kuma ba daidai ba zai rasa ikonsa.
Amma ba haka na samu ba.
Abin da na gano shi ne rikici— ba a kuṣa da ni ba, amma a cikina.
Akwai lokutan da na san ainihin abin da ya kamata in yi, amma wani abu a cikina ya hana ni. Ba a bayyane ba, ba da ƙarfin hali ba - amma dagewa. Jawo a hankali zuwa akasin haka.
Ban sake rufani game da gaskiya ba.
Amma na rabu cikin sha'awa.
Wani ɓangare na yana son ci gaba—in ci gaba, in ci gaba da kasancewa tare, in ci gaba da bin abin da na riga na gani kuma na zaɓa.
Kuma wani ɓangare na yana son sauƙi.
Ba daga hanya ba, amma daga matsin lambarta.
Bunyan ya yi magana game da wannan da gaskiya wanda ba ya rage tashin hankalin. Bai bayyana rabuwar da ke tsakanin wanda yake da kuma wanda yake zama ba. Ya bayyana **yaƙi** —tabbatacce, gwagwarmaya mai ci gaba tsakanin abin da ya sani da abin da yake ji.
Kuma a nan ne mutane da yawa ke gajiya.

Domin kuwa abu ɗaya ne a fuskanci wahala.
Wani abu kuma shi ne a fuskanci **kanka** .
Za ka iya jin wannan yanzu.
Ina:

- Ka san abin da ke daidai, amma ba koyaushe kake son sa ba
- Kana da cikakken bayani game da alkiblarka, amma kana da sabani a sha'awa
- Kana ci gaba, amma ba tare da juriya daga ciki ba

Wannan ba rudani ba ne.
Wannan **rikici ne na ciki** .
Kuma yana iya jin gajiya.
Domin babu nisa daga gare ta.
Babu inda za a taka daga gare ta.
Yana tafiya tare da ku.
Za ka fara tambaya:
Me yasa har yanzu wannan gwagwarmaya ce?
Me yasa har yanzu nake jin an ja ni a duka hanyoyi biyu? Me yasa abin da na sani bai daidaita abin da nake ji ba?
Kuma a ƙasa da shi akwai wani babban takaici:
Shin bai kamata wannan ya zama mafi sauƙi ba yanzu?
Amma Bunyan bai gabatar da wannan a matsayin gazawa ba.
Yana gabatar da shi a matsayin gaskiya.
Kasancewar rikici ba yana nufin kana komawa baya ba.
Yana nufin ba ka da wani amfani.
An ɗaura muku aure.
Kuma shiga yana kawo tashin hankali.
Domin abin da a da yake mulki ba tare da juriya ba yanzu ake fuskanta. Abin da a da yake jagorantarka a hankali yanzu ana adawa da shi. Kuma adawa tana haifar da rashin jituwa.
To me mutum zai yi, alhali kuwa gwagwarmayar ba ta game da abin da ke daidai ba, sai dai game da abin da yake ji yana jan hankali? Lokacin da ba ya jayayya game da gaskiya, sai dai yana kokawa da kansa?
Dole ne ya koyi yadda zai riƙe alkiblarsa,
koda kuwa sha'awarsa ba ta cika ba tukuna.

Tambayoyin Tunani

- Ina nake jin rabuwa tsakanin abin da na sani da abin da nake so?
- Wace gwagwarmaya ta cikin gida ce ta fi dorewa a yanzu?
- Ina nake tsammanin sha'awata za ta daidaita kafin in yi aiki?
- Me na gaji da juriya?
- Yaya zai kasance a tsaya cak, ko da kuwa a cikin rikici?

Zurfin Tunani

Bunyan bai jira har sai sha'awarsa ta daidaita ba.
Ya ci gaba da cewa suna cikin rikici.
Dole ne ku gane wannan:
Daidaito ba koyaushe take farawa daga sha'awa ba.
Sau da yawa tana farawa ne daga **yanke shawara** .
Tambayi kanka:
Me na sani daidai ne, ko da ban ji shi sosai ba tukuna?
Ina jiran in ji daidaito kafin in yi aiki?
Nan ne tarbiyya ta fara bayyana.

Tsarin Aiki (A yau kawai)

1. Gano wani yanki na rikicin cikin gida
   Ka yi takamaimai.
2. Raba sha'awa daga alkibla
   Rubuta a sarari: "Ko da yake ina jin haka, zan zaɓi wannan."
3. Yi aiki bisa abin da ka sani—ba abin da kake ji ba
4. Kada ka yi ƙoƙarin magance rikicin a yau,
   kawai ka kasance cikin kwanciyar hankali a ciki.

Addu'a

Ya Ubangiji,
ina jin nauyin rikici a cikina.
Abin da na sani da abin da nake ji
ba koyaushe suke iri ɗaya ba.
Kuma yana da gajiyar ɗaukar duka biyun.
Ka taimake ni kada abin da nake ji ya rinjaye ni.
Ka taimake ni in tsaya tsayin daka a kan abin da na sani.
Ka ba ni ƙarfin ci gaba
ko da lokacin da sha'awata ba ta daidaita ba.
Ka koya mini yadda zan ci gaba
da bin ƙa'ida, ba tare da jiran sauƙi ba.
Kuma ku samar mini da daidaito
wanda ba zai girgiza ta hanyar gwagwarmaya ta ciki ba.
Amin.

KWANA TA 23 — Lokacin da Kake Jin Kamar Komawa Baya

Lokacin Gaskiya Inda Ci Gaba Ya Fi Wuya Fiye da Barin Aiki

"Na yi sha'awar komawa baya... domin na yi tunanin bai kamata in taɓa samun ceto ba."
- *John Bunyan, Grace Aunounding*

Akwai lokacin da na daina tambayar hanyar.
Na yi tambaya ko zan iya ci gaba da hakan.
Har zuwa wannan lokacin, na jure wahala sosai. Na fuskanci turjiya, rudani, zargi, da kuma nauyin rikicin cikin gida. Ban juya baya ba. Na ci gaba, ko da lokacin da lamarin ya yi wahala.
Amma yanzu, wani abu ya ƙara bayyana.
Ba shakka game da gaskiya.
Amma shakka game da kaina.
Na fara jin matsin lamba na ci gaba.
Ba a cikin wata hanya ba,
amma a cikin hanya mai kyau da kuma tauri.
Nauyin da ba ya karya ka a lokaci guda,
amma a hankali yana sa ka yi tambaya ko za ka iya ɗaukarsa na tsawon lokaci.
Kuma nan ne tunanin ya zo—ba da ƙarfi ba, amma a bayyane yake:
Watakila ya kamata in daina.
Kada ka yi watsi da komai.
Kada ka ƙi abin da na sani.
Kawai… ka daina ci gaba.
Komawa—ba cikakken bayani ba,
amma isassun abubuwan da za a iya yi don hutawa.
Ya isa ya yi numfashi.

Ya isa ya guje wa tashin hankali da ake yi akai-akai.
Bunyan ya yi magana game da wannan lokacin da gaskiya mai ban mamaki. Bai ɓoye gaskiyar cewa ko da bayan farawa, ko bayan ci gaba, ko da bayan gani sarai - har yanzu akwai lokutan da komawa baya ta ji kamar an samu sauƙi.
Ba don ya yi daidai ba.
Amma saboda ya ji daɗi.
Kuma a nan ne mutane da yawa suka kai ga wani yanayi na rashin kwanciyar hankali.
Domin tambayar ba ta nan:
Shin wannan gaskiya ne?
Tambayar ta zama:
Zan iya jure wannan?
Za ka iya jin wannan yanzu.
Ina:

- ci gaba yana jin nauyi
- juriya yana jin gajiya
- riƙe alkiblarka yana jin kamar ƙoƙari ba tare da sauƙi ba

Ba ka ruɗe ba.
Ka gaji.
Kuma gajiya tana da murya.
Yana cewa:

- *Ka yi iya ƙoƙarinka*
- *Ba kwa bukatar ci gaba da turawa*
- *Za ka iya dakatarwa... kawai a yanzu*

Amma abin da yake nufi sau da yawa shine:
Kana kusa da juyawa baya.
Ba a cika yin mamaki ba.
Amma a hankali.
Kuma a nan ne ake bukatar ƙarin haske.
Domin kuwa ba kasafai ake fara komawa baya da kin amincewa ba.
Yana farawa da **neman taimako** .
Bunyan bai bayyana wannan a matsayin lokacin tawaye ba.
Ya bayyana hakan a matsayin lokacin gajiya.

Kuma gajiya, idan ba a gane ta ba, za ta iya mayar da hankalinka a hankali.
To me mutum zai yi, idan bai ji motsin sha'awa ba, ba na yaudara ba, amma na gajiya? Idan ci gaba ya fi wahala fiye da tsayawa, kuma tsayawa ya ji kamar ya dace?
Dole ne ya sake yanke shawara.
Ba ko hanyar gaskiya ce ba,
amma ko zai ci gaba da tafiya a kanta—ko da lokacin da ya gaji.

Tambayoyin Tunani

- Ina nake jin gajiyar ci gaba a yanzu?
- Wane ɓangare na wannan tafiya yana jin nauyi ko gajiya?
- Ina ne nake jarabtar in "dakata" ta hanyar da a zahiri ja da baya ne?
- Me nake gaya wa kaina don in ba da hujjar komawa baya?
- Ina amsawa ga gaskiya ne—ko kuma ga gajiya?

Zurfin Tunani

Ba wai kawai an gwada Bunyan a sarari ba.
An gwada shi da **juriya** .
Dole ne ku gane wannan:
Gajiya ba yana nufin ka kauce wa hanya ba.
Amma zai iya sa ka kauce daga hanya idan ka bi ta.
Tambayi kanka:
Shin ina yanke shawara bisa ga gaskiya ne—
ko kuma bisa ga gajiyar da nake ji?
Nan ne juriya ta fara bayyana.

Tsarin Aiki (A yau kawai)

1. Ka gano inda ka fi jin gajiya
   . Ka yi takamaimai.
2. Faɗi sunan tunanin da ke ƙoƙarin rage maka radadi
3. Ka yanke shawara a sarari:
   "Ba zan koma baya ba saboda na gaji."

4. Ɗauki ƙaramin mataki gaba ko ta yaya
Ka sa shi ya zama mai sauƙi—amma na gaske

Addu'a

Ubangiji,
ina jin nauyin ci gaba.
Ba don ban yarda ba,
amma saboda gajiya.
Ka taimake ni kada in rikita gajiya
da buƙatar komawa baya.
Ka ba ni ƙarfi don in kasance cikin nutsuwa,
ko da lokacin da na ji gajiya.
Ka koya mini in ci gaba
ba ta hanyar ji ba, amma ta hanyar shawara.
Kuma ku riƙe ni a wannan wuri
inda ake jarabtar ni ba da gaskiya ba, amma da juriya.
Amin.

KWANA NA 24 — Zaɓar Gaba Ba Tare da Sanin Gaskiya Ba

Lokacin da Dole ne Ka Ci Gaba Ba Tare da Sanin Abin da Zai Biyo Ba

"Na ga ya tafi, duk da cewa bai san abin da zai same shi ba."
- *John Bunyan, The Pilgrim's Progress*

Akwai lokacin da na daina dogara ga haske don ya jagorance ni.
A da, ina da aƙalla fahimtar alkibla. Ko da lokacin da abubuwa suka yi wahala, na san dalilin da ya sa na fara. Na san abin da na gani. Na san abin da ya rage mini.
Amma yanzu, wani abu ya canza.
Hanyar da ke gaba ba ta bayyana ba.
Ba don ya ɓace ba,
amma saboda ban iya gani sosai ba don jin tabbas.
Har yanzu ina motsi.
Amma ban sake fahimtar inda kowace mataki za ta kai ba.
Nan ne tafiyar ta zama daban.
Domin har zuwa yanzu, fahimta ta ci gaba da wanzuwa - aƙalla wani ɓangare - ta hanyar fahimta. Ko da a cikin gwagwarmaya, zan iya bayyana dalilin da yasa nake ci gaba.
Zan iya nuna wani abu mai ma'ana, wani abu da ya dace da ƙoƙarin.
Amma yanzu, ban iya yin hakan ba.
Zan iya ci gaba ne kawai.
Bunyan ya bayyana irin wannan motsi da daidaito a hankali.
Christian ba koyaushe yake tafiya da cikakken sani ba. Yana tafiya da **alkibla** , koda kuwa babu cikakkun bayanai. Yana tafiya gaba ba wai saboda an bayyana komai ba, amma saboda ya riga ya yanke shawara kan hanyar da zai fuskanta.
Kuma a nan ne mutane da yawa suka sake yin shakka.

Domin haske yana jin kamar aminci.
Yana ba da tsari.
Yana ba da kwarin gwiwa. Yana ba da ma'anar cewa kana da iko.
Amma idan haske ya ɓace, sai a sake bukatar wani abu.
Ba fahimta ba.
Amma ka amince.
Za ka iya jin wannan yanzu.
Ina:

- ba ka da amsoshin abin da ke gaba
- Ba za ka iya annabta abin da zai faru a gaba ba
- kana ci gaba—amma ba tare da tabbacin da ka taɓa samu ba

Kuma wannan yana haifar da wani nau'in tashin hankali daban.
Ba tsoron abin da ka bari ba.
Ba rikici a ciki ba.
Amma rashin tabbas game da abin da zai biyo baya.
Za ka fara tambaya:
Me zai faru idan wannan bai kai ko'ina ba?
Me zai faru idan na fahimci wani abu? Me zai faru idan na ci gaba - kuma bai warware ba?
Kuma saboda babu amsoshi nan take,
jarabar ita ce a daina—ba don tawaye ba, amma don taka tsantsan.
Amma a nan ne hanyar take bukatar wani abu mai zurfi.
Domin idan ka motsa ne kawai lokacin da ka fahimta,
za ka yi iya kokarinka ka fahimci abin da kake nufi.
Bunyan ya nuna wani abu daban.
Yana nuna mutum wanda
ba wai kawai yana ganin komai ba, amma saboda ya riga ya gani sosai.
To me mutum zai yi, alhali hanyar da ke gaba ba ta da tabbas,
kuma ba za a iya bayyana mataki na gaba gaba ɗaya ba?
Lokacin da ba zai iya dogara da tabbas ba, amma kuma ba zai iya komawa ga abin da ya bari ba?
Dole ne ya zaɓi gaba.

Ba wai don ya fahimta ba,
sai don ya dogara da abin da aka riga aka nuna masa.

Tambayoyin Tunani

- Ina nake jin rashin tabbas game da abin da zai biyo baya?
- Me nake ƙoƙarin fahimta kafin in ci gaba?
- Ina nake sha'awar tsayawa saboda rashin fahimta?
- Me na riga na gani wanda ya isa ya ci gaba da tafiya?
- Shin ina buƙatar tabbaci kafin in yi aiki?

Zurfin Tunani

Bunyan bai jira komai ya dawo ba.
Ya ci gaba da abin da aka riga aka bayyana.
Dole ne ku gane wannan:
Ba koyaushe ake bayar da haske ga mataki na gaba ba.
Wani lokaci an riga an bayar da shi don alkibla.
Tambayi kanka:
Me na riga na sani wanda ya isa ya ci gaba da ni?
Me yasa nake jiran ƙarin?
Nan ne aminci ya maye gurbin bayani.

Tsarin Aiki (A yau kawai)

1. Ka gano wani yanki da kake jiran a fayyace maka . Ka yi takamaimai.
2. Rubuta abin da ka riga ka sani gaskiya ne
3. Ka yanke shawara a sarari:
   "Zan ci gaba da abin da na riga na sani."
4. Ɗauki mataki ɗaya ba tare da buƙatar cikakken fahimta ba

Addu'a

Ubangiji,
ina so in fahimci abin da ke gaba.
Ina son haske,
tabbas, da kuma tabbaci.
Amma yanzu na ga cewa ba ni da duk waɗannan abubuwan.

Duk da haka, ina da isasshen abin da zan ci gaba da yi.
Ka taimake ni in amince da abin da ka riga ka nuna mini.
Ka taimake ni kada in daina domin ba zan iya ganin komai ba.
Ka ba ni ƙarfin gwiwar ci gaba
ba tare da buƙatar cikakken bayani ba.
Kuma ku koya mini tafiya bisa aminci,
ba bisa cikakken fahimta ba.
Amin.

MATAKI NA 4 — Samuwa (Kwanaki 25–32)

Tarbiyya, bayyananniyar fahimta, asali, tsaftacewa

KWANA TA 25 — Horon da Ka Guji

Lokacin da Girma ke Bukatar Tsarin, Ba Niyya kawai ba

"Na ga cewa Mai Fassara ya kama hannunsa, ya kai shi wani ɗaki na musamman... ya nuna masa abubuwan da dole ne a koya."
- *John Bunyan, The Pilgrim's Progress*

Na jure abubuwa da yawa har na kai ga wannan matsayi.
Na fuskanci turjiya, rudani, zargi, da kuma nauyin gwagwarmayar da nake yi a cikin gida. Ban juya baya ba. Na ci gaba, ko da lokacin da ban ji ƙarfi ba.
Kuma watakila saboda haka, na yi tunanin cewa ɓangaren da ya fi wahala shi ne bayana.
Na yi kuskure.
Domin abin da ya biyo baya bai ji kamar ana fama da shi ba.
Ya ji kamar **wajibi ne** .
Ba matsin lamba daga waje ba.
Ba rikici a ciki ba.
Amma dai wani ɗan gajeren fata:
Cewa yanzu zan **koyi rayuwa daban** .
Bunyan ya bayyana yadda aka kawo Kirista cikin gidan Mai Fassara—ba don a gwada shi ba, amma don a **kafa shi** . Ana nuna masa abubuwa. An koya masa abubuwa. An sa shi ya lura, ya fahimta, ya kuma yi tunani a ciki.
Kuma a nan ne tafiyar ta sake canzawa.
Domin har zuwa wannan lokacin, ina mayar da martani.
Amsawa ga abin da na gani da kuma abin da na ji.
Amsawa ga abin da na gani da kuma abin da na ji.
Amma yanzu, ana buƙatar in **gina wani abu mai daidaito** .
Kuma wannan bai ji kamar ya yi tsanani ba.
Amma ya ji da wahala ta wata hanya daban.
Domin kuwa ba a dogara da gaggawa ba wajen tarbiyya.
Ya dogara ne akan **zaɓi, ana maimaita shi kowace rana** .

Akwai abubuwan da na san ina bukatar fara yi—ba wai don na ji dole a lokacin ba, amma saboda na fahimci cewa suna da mahimmanci.
Abubuwan da ake bukata:

- lokaci
- hankali
- daidaito

Abubuwan da ba za su haifar da sakamako nan take ba.
Kuma a nan ne na yi shakka.
Ba don na ki amincewa ba,
amma saboda na guji irin wannan aikin a baya.
Yana da sauki a mayar da martani a lokutan gaggawa
fiye da a tsaya cak a lokutan shiru.
Za ka iya jin wannan yanzu.
Ina:

- Ba ka cikin mawuyacin hali kuma
- Ba ka sake mayar da martani ba
- amma yanzu ana tambayarka ka **kafa tsare-tsare**

Kuma wannan yana jin daban.
Ba a ganin komai sosai. Amma
ana bukatar lokaci.
Za ka fara fahimta:
Wannan zai bukaci in bayyana -
ba sau daya ba, amma akai-akai.
To me mutum zai yi, idan tafiyar ba ta sake tura shi gaba da karfi ba, amma ta roke shi ya ci gaba da da'a? Lokacin da ci gaba ba wai game da mayar da martani ba ne, amma game da gina wani abu da zai dawwama?
Dole ne ya zabi tsari.
Ba wai don yana jin sa ba,
amma saboda ya fahimci hakan.

Tambayoyin Tunani

- Wadanne fannoni ne na guje wa, duk da cewa na san suna da mahimmanci?
- Ina na dogara da karfi maimakon daidaito?

- Me na san ya kamata in riƙa yi akai-akai—amma ban tabbatar ba?
- Me ake ji a matsayin "zaɓi" wanda a zahiri yake da mahimmanci?
- Ina nake adawa da tsarin saboda yana jin kamar yana da wahala?

Zurfin Tunani

Ba wai kawai an jagoranci Bunyan ta hanyar gwagwarmaya ba.
An jagorance shi zuwa ga **tsari** .
Dole ne ku gane wannan:
Ci gaba ba ya ci gaba ta hanyar ƙarfi kaɗai.
Yana buƙatar **tsari wanda zai riƙe shi** .
Tambayi kanka:
Me ya kamata ya zama daidai a rayuwata
idan zan ci gaba?
Nan ne balaga ta fara kama.

Tsarin Aiki (A yau kawai)

1. Gano ɗabi'a ɗaya da ka guji
   (lokacin da kake amfani da Littafi Mai Tsarki, addu'a, tunani, kamewa, da sauransu)
2. Ka sa shi ya zama mai sauƙi kuma takamamme.
   Ba mai burin cimma buri ba—mai daidaito.
3. Yi shi a yau a lokacin da aka ƙayyade
4. Ku yi alƙawarin maimaita shi gobe.
   Fara tsarin.

Addu'a

Ya Ubangiji,
na amsa a lokacin gaggawa, amma ba koyaushe nake ci gaba da kasancewa daidai ba.
Yanzu na ga cewa ci gaba yana buƙatar fiye da niyya.
Yana buƙatar ladabi.
Ka taimake ni in gina abin da na guje wa.
Ka taimake ni in zaɓi daidaito ko da lokacin da ba na jin gaggawa.

Ka ba ni ƙarfi don in kafa alamu
waɗanda za su riƙe abin da kake ƙirƙirawa a cikina.
Kuma ku koya mini in tsaya tsayin daka
a cikin aikin zama cikin natsuwa.
Amin.

KASHI NA 26 — Koyon Tafiya, Ba Gudu Ba

Lokacin da Ci gaba Ya Rage Akan Manufa

"Na ga cewa ba ya gudu kamar da, amma yana tafiya da taka tsantsan, yana lura da hanyar."
- *John Bunyan, The Pilgrim's Progress*

Da farko, na yi sauri.
Akwai gaggawa a cikina—sanin cewa akwai matsala, cewa ba zan iya ci gaba da zama a inda nake ba. Na ji bukatar yin aiki, in motsa, in mayar da martani ba tare da ɓata lokaci ba.
Kuma haka na yi.
Na tafi da sauri.
Na mayar da martani da ƙarfi. Na matsa gaba da ƙarfi.
Amma yanzu, wani abu ya canza.
Har yanzu ina ƙaura—amma ba haka nake yi ba.
Gudun ya ragu.
Ba don na rasa hanya ba.
Ba don na rasa hanya ba.
Amma saboda ana koya min wani abu da ban koya ba tukuna:
Yadda ake **tafiya da niyya** , ba kawai gaggawa ba.
Bunyan ya nuna wannan sauyi a hankali. Ba koyaushe Kirista ke gudu ba. Akwai lokutan da ake maye gurbin gudu da **taka tsantsan** , inda motsi ya zama da gangan, a auna, a kula.
Kuma wannan ba koma-baya ba ne.
Tsarin halitta ne.
Domin gaggawa na iya kai ka gaba da sauri—amma ba zai iya ɗaukar ka ba.
Za ka iya gane wannan tashin hankali.
Ina:

- ka fara da ƙarfi
- ka yi sauri da farko
- amma yanzu, saurin yana da jinkiri

Kuma wani ɓangare na abubuwan al'ajabi:

Shin ina rasa kuzari ne?
Shin ina ƙara zama mai tsanani? Me yasa wannan ba ya jin kamar ba shi da gaggawa?
Amma wannan ba asara ba ce.
Wannan shine **sauyi** .
Domin gaggawa na iya fara tafiya.
Amma **tafiya mai ɗorewa ce kawai** za ta iya ci gaba da tafiya.
Akwai abubuwan da ba za ka iya koya ba yayin da kake gudu.
Ba za ka iya lura ba.
Ba za ka iya ganewa ba. Ba za ka iya haɓaka juriya ba.
Don haka saurin yana canzawa—ba don rage maka gudu ba, amma don **koya maka yadda ake ci gaba** .
Kuma wannan yana gabatar da wani nau'in ƙalubale daban.
Domin rage gudu yana buƙatar amincewa.
Yana nufin:

- Ba matsi ke motsa ka ba
- Ba ka sake mayar da martani ba
- Kana zaɓar ka ci gaba da kasancewa mai daidaito, koda ba tare da ƙarfi ba

Kuma wannan zai iya jin kamar ba a saba gani ba.
Domin ba a tura ka ba.
Ana buƙatar ka yi **tafiya** .
To me mutum zai yi, idan gaggawar da ta daɗe tana ɗauke shi ta fara daidaitawa, kuma tafiyar ba ta sake jin sauri ba, amma tana da ƙarfi? Lokacin da ci gaba ba a auna shi da sauri ba, amma da daidaito?
Dole ne ya koyi tafiya.
Ba sauri ba.
Ba wahala ba.
Amma da **aminci** .

Tambayoyin Tunani

- Ina nake gudu maimakon tafiya a hankali?

- Shin ina danganta ci gaba da sauri?
- Ina nake rashin haƙuri da saurin girma na?
- Me na rasa domin ina ƙoƙarin yin sauri sosai?
- Zan iya ci gaba da kasancewa mai daidaito ko da lokacin da abubuwa ke da jinkiri?

Zurfin Tunani
Ba koyaushe mahajjacin Bunyan yake gudu ba.
Yana koyon tafiya da sanin yakamata.
Dole ne ku gane wannan:
Sauri ba ya daidaita girma.
Daidaito yana daidai da girma.
Tambayi kanka:
Ina ƙoƙarin yin gaggawar abin da dole ne a gina a hankali?
Nan ne juriya ke fara girma.

Tsarin Aiki (A yau kawai)

1. Gano wani yanki guda ɗaya da kake gaggawa (yanke shawara, girma, halaye, da tsammaninka)
2. Da gangan rage saurin hanyar da kake bi
3. Mayar da hankali kan yin sa **a hankali da kuma a hankali** , ba da sauri ba
4. Maimaita irin wannan saurin gobe

Addu'a
Ya Ubangiji,
sau da yawa nakan yi sauri gaba idan na ji gaggawa.
Amma yanzu na ga cewa ba zan iya ci gaba da wannan tafiya ta hanyar ƙarfi kaɗai ba.
Ka koya mini tafiya a hankali.
Ka koya mini tafiya a hankali, ba da gaggawa ba.
Ka taimake ni in amince da saurin
da ke motsa ni, ba kawai gudun da ke motsa ni ba.
Kuma ka ba ni alherin da zan ci gaba da kasancewa tare da kai,
koda lokacin da tafiyar ta yi jinkiri fiye da yadda na zata.
Amin.

KWANA TA 27 — Karfi da aka Boye a Cikin WURARE

Lokacin da Girma Ya Faru Inda Ba Wanda Ya Ganta

"Na kuma ga cewa ya bi ta wurare da yawa inda ba a kula da shi ba... amma bai daina ci gaba ba."
- *John Bunyan, The Pilgrim's Progress*

Na yi tsammanin idan na ci gaba da tafiya na dogon lokaci, wani abu zai fara bayyana.
Cewa za a sami shaida—a bayyane, a iya ganewa, a tabbatar—cewa ina canzawa, cewa ina ci gaba, cewa wani abu a cikina yana ƙara ƙarfi.
Amma ba haka na samu ba.
Abin da na samu shine… shiru.
Ba zaman lafiya a yadda na yi tunaninsa ba.
Ba haske da ya sa komai ya bayyana ba.
Amma wani irin ɓoyewa.
Har yanzu ina tafiya.
Har yanzu ina zaɓe. Har yanzu ina yin abin da na fara.
Amma babu wani abin da aka haɗa shi da shi.
Babu tabbaci daga waje.
Babu alamun ci gaba a bayyane. Babu wata ma'ana cewa kowa—har ma da ni—zai iya ganin abin da ke faruwa a sarari.
Kuma wannan ya tayar min da hankali fiye da yadda na zata.
Domin wani abu a cikina har yanzu yana son **ganin sakamako** .
Don auna ci gaba.
Don nuna wani abu sannan a ce: "Wannan yana aiki."
Amma maimakon haka, sai aka bar ni da wani abu daban:
Daidaito… ba tare da gani ba.

Bunyan ya ɗauki wannan a hankali amma da gaskiya. Akwai dogayen layuka a cikin tafiyar inda babu wani abin mamaki da ya faru. Babu manyan yaƙe-yaƙe. Babu lokutan da suka dace. Kawai motsi.
A tsaya cak. Ba a lura ba. Ba a yi murna ba.
Duk da haka, a waɗannan wurare ne ake samun wani abu mai zurfi.
Domin abin da aka gina a cikin duhu
ba a kiyaye shi ta hanyar kulawa ba.
Ana ƙarfafa shi ta hanyar **amincewa** .
Za ka iya jin wannan yanzu.
Ina:

- kana yin abin da ya dace
- amma babu abin da ya canza a waje
- kuna da daidaito, amma ba a tabbatar da ku ba
- kuna girma, amma ba a gani ba

Kuma wannan yana haifar da tashin hankali mai sauƙi.
Domin idan ba tare da gani ba,
kwarin gwiwa zai fara raguwa.
Za ka fara tambaya:
Shin akwai wani abu da ke faruwa da gaske?
Shin wannan yana kawo canji? Me yasa wannan yake jin kamar ba a kula da shi ba?
Kuma a ƙarƙashinsa akwai wani sha'awa mai zurfi:
A gani.
A tabbatar. Domin sanin cewa ƙoƙarinka ba komai ba ne.
Amma a nan ne tsari ya zurfafa.
Domin idan girmanka ya dogara ne akan ganinka,
ba zai dawwama ba idan ba haka kake ba.
Mahajjacin Bunyan ya ci gaba—ba wai don an lura da shi ba,
sai dai saboda an **riga an shirya shi** .
Yana tafiya a wurare inda babu wanda ya nuna ci gabansa, babu wanda ya tabbatar da alkiblarsa, kuma babu wani abu da ke nuna ci gaba a waje.
Duk da haka—ya ci gaba.
To me mutum zai yi, idan girmansa ya ɓoye, ci gabansa ba a bayyane yake ba, kuma ba a tabbatar da ƙoƙarinsa ba?

Lokacin da dole ne ya ci gaba ba tare da an gane shi ba, ba tare da ra'ayi ba, ba tare da hujja ba?
Dole ne ya yi ƙoƙarin daidaita kansa ta wata hanya daban.
Ba a cikin abin da ake gani ba,
sai dai a cikin abin da ake ƙirƙirawa.

Tambayoyin Tunani

- Ina nake yin abin da ya dace ba tare da ganin sakamako ba?
- Wane ɓangare nawa ne har yanzu yake son a gane shi ko kuma a ga ci gaba a bayyane?
- Ina nake sha'awar tsayawa domin babu abin da ke faruwa?
- Yaya zai kasance a ci gaba ba tare da an gan shi ba?
- Shin ina dogaro da sakamako ne—ko kuma ina da niyyar kafa ƙungiya?

Zurfin Tunani

Ba a san tafiyar Bunyan ta hanyar ci gaba mai ɗorewa ba.
An tsara shi cikin dogon lokaci na **aminci da aka ɓoye** .
Dole ne ku gane wannan:
Ba dukkan ci gaba ake gani ba.
Amma hakan ba ya sa ya zama kamar ba a gani ba.
Tambayi kanka:
Idan babu wanda ya ga wannan ɓangaren tafiyar tawa,
shin zan ci gaba da haka?
Nan ne ake samun zurfin.

Tsarin Aiki (A yau kawai)

1. Gano wani yanki inda ci gabanka yake jin kamar ba a iya gani
2. Ka amince da shi a sarari:
   "Wannan yana da muhimmanci—ko da ba a gani ba."
3. Ci gaba da irin wannan horon a yau
   ba tare da neman sakamako ba
4. Kada ka kimanta ci gabanka a yau
   kawai ka kasance mai daidaito

Addu'a

Ubangiji,
ina tafiya, amma ban ga canji mai yawa ba.
Ina yin abin da ke daidai,
amma yana jin kamar a ɓoye yake, ba a lura da shi ba.
Ka taimake ni kada in dogara ga abin da ake gani.
Ka taimake ni in ci gaba da kasancewa da aminci ko da babu abin da ke faruwa.
Ka ba ni ƙarfin gwiwa don ci gaba
ba tare da buƙatar a gane ni ba.
Kuma ka samar mini da wani abu mai zurfi—
wani abu da ba ya dogara da ganina, amma yana da tushe cikin biyayya.
Amin.

KWANA TA 28 — Aikin Canji Mai Sanyi

Lokacin da Canji Ke Faruwa—Amma Ba Kamar Yadda Ka Yi Tsammani Ba

"Na ga cewa aikin da ke cikinsa ba kwatsam ba ne... amma an ci gaba da shi ta hanyar digiri, ta hanyar gwaje-gwaje da koyarwa da yawa."
- *John Bunyan, Grace Abounding (an sake fasalta shi daga jigon)*

Na yi tsammanin sauyi zai fi wannan haske.
Ba nan take ba—amma akalla abin lura ne.
Na yi tunanin cewa idan na ci gaba da tafiya a kan hanya, idan na ci gaba da kasancewa a kan hanya, idan na yi aiki da abin da na fara koya, to wani abu a cikina zai fara canzawa ta hanyoyin da zan iya ganewa cikin sauki.
Amma abin da na samu a maimakon haka shi ne… a hankali.
A hankali har ya yi wuya a auna.
Ban kasance a inda nake a da ba.
Amma har yanzu ban kai inda nake tsammanin zan kasance ba.
Kuma wannan sarari da ke tsakanin ya ji rashin tabbas.
Domin babu wani abin mamaki da ya faru.
Babu wani lokaci a sarari da komai ya canza.
Babu wani ci gaba kwatsam da ya nuna sabuwar sigar kaina.
Sai dai wani abu mai shiru.
Wani abu yana bayyana a hankali—kusan a karkashin saman.
Rayuwar Bunyan ta nuna irin wannan sauyi da gaskiya mai ban mamaki. Sauyinsa ba abu daya ba ne da ya warware komai. Tsari ne mai tsawo—wanda aka nuna ta hanyar gwagwarmaya, haske, koma-baya, ci gaba, da kuma zurfafa fahimta a tsawon lokaci.
Bai canza ba cikin dan lokaci.
An kafa **shi tsawon lokaci** .

Kuma wannan tsari ba koyaushe yake jin kamar ci gaba ba.
Sau da yawa yana jin kamar maimaitawa.
Komawa ga darussa iri ɗaya.
Fuskantar irin wannan tashin hankali. Yin aiki da fannoni iri ɗaya.
Kuma ina mamaki:
Me yasa wannan yake ɗaukar lokaci mai tsawo haka?
Za ka iya jin wannan yanzu.
Ina:

- Ba kai ne kamar da ba
- amma har yanzu ba ka kai ga abin da ka zata ba
- kai mai daidaito ne, amma ba ka canza yadda ka yi zato ba

Kuma wannan yana haifar da takaici mai zurfi.
Domin sau da yawa muna tsammanin canji zai bayyana.
Jin daban.
Yin kama daban. Zuwa a sarari.
Amma sauyi na gaske ba kasafai yake bayyana kansa ba.
Yana ginawa… a hankali.
Lakabi bayan layi.
Zaɓi bisa zaɓi. Kowace rana.
Kuma saboda yana da jinkiri,
yana iya jin kamar babu abin da ke faruwa.
Amma hakan ba gaskiya bane.
Abin da ke jinkiri
sau da yawa shi ne abin da ke da **zurfi** .
Saurin canji zai iya canza hali.
Sauyin da aka yi a hankali yana sake fasalin asali.
Bunyan bai zama wanda yake ba ta hanyar wani lokaci na fahimta.
Ya zama wanda yake ta hanyar **juriya a cikin wannan tsari** .
To me mutum zai yi, idan canji yana faruwa—amma ba da sauri ba don gamsar da shi? Lokacin da yake girma—amma ba ta hanyar da ake jin nan take ko a bayyane ba?
Dole ne ya kasance.
Ba wai don yana ganin sakamakon ba,
amma saboda ya amince da tsarin.

Tambayoyin Tunani

- Ina nake jin takaici game da saurin girma na?
- Wadanne tsammani nake da su game da yadda ya kamata a ji sauyi?
- Ina nake kallon ƙananan ci gaba saboda ba abin mamaki ba ne?
- Waɗanne alamu nake maimaitawa waɗanda a zahiri suke ƙera ni?
- Shin ina shirye in ci gaba—ko da kuwa sauyi ya ci gaba da tafiya a hankali?

Zurfin Tunani

Sauyin Bunyan bai zo nan take ba.
An ci gaba da hakan.
Dole ne ku gane wannan:
Sannu a hankali ba yana nufin tsayawa ba.
Sau da yawa yana nufin **zurfafawa** .
Tambayi kanka:
Me ake ƙirƙirawa a cikina a yanzu
da har yanzu ban iya gani sosai ba?
Nan ne haƙuri ya zama dole.

Tsarin Aiki (A yau kawai)

1. Gano wani yanki inda canji ke jin jinkiri
2. Rubuta ƙaramin hanyar da ka girma
(ko da kuwa yana da ƙarami)
3. Ka yarda da shi:
"Wannan wani ɓangare ne na tsarin."
4. Ci gaba da irin wannan horon a yau
ba tare da tsammanin sakamako nan take ba

Addu'a

Ubangiji,
ina so in ga canji a fili.
Ina son jin ci gaba.
Ina so in san cewa wani abu yana faruwa.

Amma yanzu na ga cewa abin da kake yi a cikina
ba gaggawa ba ne.
Ka taimake ni in amince da aikin da ke jinkirin aiki.
Ka taimake ni in kasance mai ƙarfi ko da lokacin da ba zan iya auna girma cikin sauƙi ba.
Ka ba ni haƙuri da wannan tsari,
kuma ka kiyaye ni daga yin sanyin gwiwa da abin da ke ji a hankali.
da abin da lokaci da biyayya kawai za su iya haifarwa a cikina .

Amin.

KWANA TA 29 — Lokacin da Biyayya Ta Zama Ta Halitta

Lokacin da Abin da A Da Yake Jin Tilasta Ya Fara Fara Aiki

"Na ga ya ci gaba da tafiyarsa cikin kwanciyar hankali... ba kamar yadda aka tilasta masa ba, amma kamar yadda aka yanke shawara."
- *John Bunyan, The Pilgrim's Progress*

Wani abu ya fara canzawa.
Ba kwatsam ba.
Ba sosai ba.
Amma a lura sosai.
Akwai abubuwan da a da suke da wahala—na yi tsayayya, na jinkirta, na yi shawarwari—wanda yanzu nake yi da ƙarancin ƙoƙari. Ba tare da tunani ba, ba tare da sani ba—amma ba tare da irin wannan gwagwarmayar cikin gida da ta taɓa tare da su ba.
Har yanzu ina zaɓe.
Amma zaɓin bai sake jin kamar yana da nauyi ba.
Abin da a da yake buƙatar ƙoƙari
yanzu yana buƙatar **ƙarancin juriya** .
Kuma wannan ya ba ni mamaki.
Domin na saba da tashin hankali. Na saba da rikicin cikin gida. Na saba da tilasta kaina in daidaita kaina da abin da na san daidai ne.
Amma yanzu, wani abu yana canzawa.
Ba cikakke ba ne.
Ba gaba ɗaya ba ne.
Amma da gaske.
Bunyan yana nuna wannan ci gaba a cikin tafiyar. Akwai lokutan da Kirista ba ya sake tafiya da shakka ko ruɗani,

amma da wani irin **alkibla mai kyau** . Ba wai saboda hanyar ta canza ba—amma saboda wani abu a cikinsa ya canza.
Ba ya sake mayar da martani.
Yana zama.
Kuma wannan shine abin da ke faruwa idan aka ci gaba da da'a.
Abin da ya fara da ƙoƙari
ya zama tsari.
Abin da ya fara da tsari
ya zama al'ada.
Abin da ya zama al'ada
ya fara siffanta asali.
Za ka iya lura da wannan yanzu.
Ina:

- wani abu da a da yake jin wahala yanzu ya fi na halitta
- abin da ka saba ƙin yarda da shi, yanzu ka yarda da sauri
- abin da ake buƙata yanzu shine ƙarfin da ba ya buƙatar ƙoƙari sosai

Duk da haka, ana iya yin watsi da wannan.
Domin ba ya jin kamar abin mamaki.
Yana jin… al'ada.
Kuma saboda yana jin kamar al'ada ce,
ƙila ba za ka gane shi a matsayin girma ba.
Amma wannan yana ɗaya daga cikin alamun da suka fi bayyana a fili na samuwar.
Ba lokacin da komai ya yi daidai ba,
amma lokacin da abin da ya kasance ba na al'ada ba ne ya fara jin **daidai** .
Duk da haka, akwai abin da za a yi hankali da shi a nan.
Domin idan biyayya ta zama mai sauƙi,
tana iya zama… ba a lura da ita ba.
Za ka iya fara:

- dauke shi da wasa
- daina yin ganganci
- ɗauka cewa zai ci gaba ba tare da kulawa ba

Amma dole ne a ci gaba da **kiyaye abin da aka ƙirƙira** .

Mahajjacin Bunyan bai daina tafiya a hankali ba kawai saboda hanyar ta saba. Ya ci gaba—ba da damuwa ba, amma da sanin ya kamata.

Domin ko da tsare-tsare masu kyau suna bukatar **kulawa** .

To me mutum zai yi idan biyayya ba ta sake jin kamar da ba?

Lokacin da wane kokari da ake bukata a da ya fara jin kamar na halitta?

Bai kamata ya huta cikin rashin kulawa ba.

Dole ne ya zurfafa cikin **kwanciyar hankali** .

Tambayoyin Tunani

- Me ya zama mini sauki wanda a da yake da wahala?
- Ina nake ganin ci gaban shiru wanda watakila na yi watsi da shi?
- Wadanne alamu nake fara samarwa akai-akai?
- A ina zan iya fara daukar ci gaba a matsayin abin wasa?
- Shin har yanzu ina da ganganci a cikin abin da ke zama na halitta?

Zurfin Tunani

Mahajjacin Bunyan bai yi gwagwarmaya kawai ba.

Ya **daidaita** .

Dole ne ku gane wannan:

Idan biyayya ta zama ta halitta,

tsari yana farawa.

Tambayi kanka:

Me ke faruwa yanzu

da a da ake jin wahala?

Wannan ba karami ba ne.

Wannan canji ne.

Tsarin Aiki (A yau kawai)

1. Gano wani yanki inda biyayya ta zama mafi sauki
2. A bayyane yake cewa:
   "Wannan ci gaba ne."

3. Karfafa shi da gangan a yau
   Yi shi da sani—ba matukin jirgi na atomatik ba
4. Yi alƙawarin kiyaye shi, ba zato ba tsammani

Addu'a

Ubangiji,
na ga cewa wani abu a cikina yana fara canzawa.
Abin da a da yake jin wahala
shi ne ya zama abin da ya fi dacewa.
Ka taimake ni kada in yi watsi da wannan.
Ka taimake ni kada in ɗauki hakan a matsayin abin wasa.
Ka ba ni wayar da kan jama'a don kiyaye
abin da ake samarwa a cikina.
Bari abin da ya fara samun tushe
ya zama mai ƙarfi, mai daidaito, kuma mai ɗorewa.
Kuma ku kiyaye ni daga sakaci
yayin da nake ci gaba da girma.
Amin.

KWANA TA 30 — Mutuwar Tsoffin Alamu

Lokacin da Abin da Ya Daɗe Yana Bayyana Ka Fara Rasa Maƙasudinsa

"Na gano cewa waɗannan abubuwan da na taɓa so, yanzu na ƙi su; kuma waɗannan abubuwan da na taɓa ƙi, na fara so."
- *John Bunyan, Grace Abounding*

Akwai abubuwan da na saba komawa ba tare da na yi tunani ba.
Tsarin da ya ji na halitta.
Martanin da ya ji na atomatik. Hanyoyin tunani, amsawa, da zaɓe waɗanda ban yi tambaya ba—domin sun daɗe tare da ni.
Ba koyaushe suke bayyana ba.
Ba koyaushe suke bayyane ba.
Amma sun kasance daidai.
Kuma saboda sun kasance masu daidaito,
sun zama wani ɓangare na yadda na fahimci kaina.
Haka nake.
Amma wani abu ya fara canzawa.
Ba kwatsam ba.
Ba gaba ɗaya ba.
Amma babu shakka.
Akwai lokutan da waɗannan alamu ba su sake jin kamar na halitta kamar yadda suke a da ba. Inda abin da nake nufi ba tare da ɓata lokaci ba, yanzu na dakata a da. Inda wani abu a cikina ya ƙi abin da na taɓa yarda da shi.
Kuma wannan ya ji… ba a saba gani ba.
Domin kuwa har yanzu ban 'yantu daga waɗannan alamu ba.
Amma ban sake jin daɗin kasancewa a cikinsu ba.
Bunyan ya bayyana wannan sauyi da cikakken bayani. Ya yi magana game da sauyi ba kawai a cikin hali ba, har ma da

soyayya - a cikin abin da yake so, abin da yake sha'awarsa, da abin da ya ga kansa ya yarda da shi a ciki.
Abin da a da ake jin ya daidaita
ya fara jin bai dace ba.
Kuma a nan ne wani abu ya fara **mutuwa** .
Ba duka a lokaci guda ba.
Amma a hankali.
Domin tsofaffin alamu ba sa ɓacewa nan take.
Suna raunana.
Sun rasa ikonsu.
Sun rasa saukinsu. Sun rasa jin daɗin kasancewa tare.
Kuma a cikin wannan tsari, za ka sami kanka a tsakani.
Ba kai ne kai ba.
Ba ka cika zama cikakken wanda kake so ba tukuna.
Kuma wannan wuri zai iya jin rashin kwanciyar hankali.
Domin tsohon bai ƙare gaba ɗaya ba.
Kuma sabon bai riga ya kafu ba.
Za ka iya jin wannan yanzu.
Ina:

- wani abu da ka taɓa komawa gare shi yanzu yana jin ba daidai ba
- wani abu da ka taɓa yarda da shi yanzu yana jin kamar ba daidai ba ne
- wani abu da ka taɓa ba da hujja yanzu yana da wuya a ci gaba

Duk da haka, bai ɓace gaba ɗaya ba.
Har yanzu yana bayyana.
Har yanzu yana kira. Har yanzu yana gayyata.
Amma bai sake dacewa da wannan hanyar ba.
Kuma wannan yana haifar da tashin hankali.
Domin yanzu dole ne ka zaɓi
abin da ba ya aiki ta atomatik.
Bunyan bai bayyana wannan a matsayin nasara nan take ba.
Ya bayyana hakan a matsayin **sauyi a alkibla** .
Inda zuciya ke fara motsawa ta wata hanya daban,
ko da kafin komai ya warware gaba ɗaya.

Me mutum zai yi idan tsofaffin alamu suka fara rasa ikonsu, amma har yanzu ba su sake shi ba? Lokacin da bai sake jin daɗin abin da ya bayyana shi a da ba, amma har yanzu yana jin kasancewarsa?
Bai kamata ya koma ga abin da ke shuɗewa ba.
Dole ne ya ci gaba da zuwa ga abin da ke samuwa.

Tambayoyin Tunani

- Waɗanne alamu a rayuwata ba sa jin kamar na halitta ko daidai?
- Ina nake jin tashin hankali tsakanin abin da na saba yi da abin da nake ji yanzu?
- Me na girma—amma ban bari gaba ɗaya ba?
- Ina nake sha'awar komawa ga wani abu da bai dace ba?
- Me ke fara canzawa a cikin abin da nake so?

Zurfin Tunani

Bunyan bai canza ba cikin dare ɗaya.
Amma bai iya ci gaba da kasancewa haka ba.
Dole ne ku gane wannan:
Idan wani abu ya fara jin kamar bai dace ba,
sau da yawa yakan faru ne saboda ba shi da amfani.
Tambayi kanka:
Me ya sa ba ya dace da wanda nake zama ba?
Nan ne tsofaffin alamu suka fara rasa ƙarfinsu.

Tsarin Aiki (A yau kawai)

1. Gano wani tsohon tsari wanda ba ya jin daidai
2. Ka yarda da shi a sarari:
   "Wannan ba ya sake kasancewa a rayuwata."
3. Idan ya bayyana a yau—dakatar
   Kada a amsa ta atomatik
4. Zaɓi daban, koda kuwa yana jin kamar ba a saba ba

Addu'a

Ubangiji,
na ga cewa wani abu a cikina yana canzawa.
Abin da a da yake jin kamar na halitta
ba ya sake jin daidai.
Amma har yanzu ina cikin tsakani—
ba ni da cikakken 'yanci, ba ni da cikakken tsari.
Ka taimake ni kada in koma
ga abin da ke shuɗewa.
Ka ba ni ƙarfin yin zaɓi daban
ko da lokacin da ba ka saba da shi ba.
Kuma ci gaba da aikin da ke cikina
wanda ke cire abin da ba nasa ba kuma yana tabbatar da abin da ke yi.
Amin.

KWANA TA 31 — Gane Sabon Kai

Lokacin da Ka Fara Ganin Wanda Kake Zama

"Na ga cewa bai sake kamanni kamar yadda yake yi a da ba... akwai wani abu da ya canza a fuskarsa da kuma karusarsa."
- *John Bunyan, The Pilgrim's Progress*

Akwai lokacin da na san ainihin ko ni wanene.
Ba wai don na yi nazari sosai ba,
amma saboda ya dade yana nan yadda yake.
An san yadda zan yi martani.
Yanayin da nake ciki ya saba. Amsoshin da na bayar sun bi hanyoyi iri daya.
Ban yi tunanin ko ni wanene ba.
Kawai na rayu da shi.
Amma yanzu, wani abu ya bambanta.
Ba gaba daya ba.
Ba a cika tsari ba.
Amma ya isa a lura.
Akwai lokutan da na dakata—ba don rashin tabbas ba, amma saboda ba na mayar da martani kamar yadda na yi a da.
Yanayin da zai jawo martani iri daya yanzu ya zama daban.
Ba dole ba ne.
Ba na roba ba ne.
Amma ya canza.
Kuma wannan ya haifar da wani abin mamaki na fahimta.
Domin ban iya sake gane wanda nake a da ba.
Amma har yanzu ban iya fayyace cikakken wanda nake zama ba.
Ina tsakanin.
Bunyan ya dauki wannan sauyi ba kawai a aikace ba, har ma a gabansa. Christian ya fara daukar kansa daban-daban—ba wai don yana kokarin bayyana ya canza ba, amma saboda wani abu a cikinsa ya canza.

Alkiblarsa ba ta da tabbas.
Motsinsa ba ya sake amsawa. Tsarinsa yana nuna wani abu mai zurfi.
Kuma a nan ne asalin mutum ya fara bayyana.
Ba a cikin abin da kake ayyanawa ba,
amma a cikin yadda kake rayuwa akai-akai.
Za ka iya fara ganin wannan yanzu.
Ina:

- Ba ka sake mayar da martani kamar yadda ka saba yi ba
- ka lura da bambance-bambance a cikin tunaninka, zaɓinka, da kuma halayenka
- wani abu a cikinka yana jin daɗi sosai—ko da kuwa bai cika cikakke ba

Duk da haka, wannan na iya jin kamar ba a fahimta ba.
Domin kuwa asalin mutum ba ya canzawa a lokaci guda.
Yana fitowa.
A hankali.
A hankali. Ta hanyar maimaitawa da daidaitawa.
Kuma saboda yana da sauƙi a hankali,
za ka iya yin jinkirin ambaton sa.
Za ka iya tunani:
Bai isa ba tukuna.
Bai cika ba. Har yanzu ina kan aiki a kan abubuwa.
Kuma hakan gaskiya ne.
Amma wani abu ya fara.
Kuma dole ne a gane shi.
Domin abin da ba ka gane ba,
ba za ka iya shiga cikinsa gaba ɗaya ba.
Mahajjacin Bunyan bai tsaya ya bayyana kansa a matsayin cikakken mutum ba.
Amma yana tafiya da ƙarin haske game da ko shi wanene - da kuma inda zai je.
To me mutum zai yi, idan ya fara ganin cewa ba shi ne wanda yake ba, amma bai cika zama wanda zai zama ba? Lokacin da aka kafa asali, amma bai gama ba tukuna?
Dole ne ya yarda da hakan.

Ba a matsayin kammalawa ba,
amma a matsayin **jagora** .

Tambayoyin Tunani

- Ta wadanne hanyoyi ne ba ni da irin yadda nake a da?
- Wadanne canje-canje ne a martanina ko tunanina na fara lura da su?
- Ina har yanzu nake jin "tsakanin"?
- Wane bangare na asalina ne ya fara daukar siffarsa?
- Ina shirye in gane ci gaba—ko da kuwa bai cika ba?

Zurfin Tunani

Ba a sauya alhajin Bunyan nan take ba.
Amma a bayyane yake cewa **yana canzawa** .
Dole ne ku gane wannan:
Ba a bayyana asalin mutum cikin dan lokaci ba.
Ana bayyana shi ta hanyar sauyi akai-akai.
Tambayi kanka:
Me ke faruwa gaskiya game da ni yanzu
da ba gaskiya ba ne a da?
Nan ne asalin mutum ya fara samun daidaito.

Tsarin Aiki (A yau kawai)

1. Rubuta hanyoyi uku da ka canza
2. Ka amince da su a sarari:
   "Wannan shine wanda nake zama."
3. Zabi yanayi daya a yau
   kuma amsa daga wannan sabon asalin
4. Yi shi da gangan—ba ta atomatik ba

Addu'a

Ubangiji,
na ga cewa ba ni da irin wannan halin yanzu.
Ko da ban kai ga inda zan kasance ba,
wani abu a cikina ya canza.

Ka taimake ni in gane abin da kake ƙirƙira a cikina.
Ka taimake ni in yi tafiya a cikinsa—ba kamar wanda na kasance a da ba, amma kamar wanda kake ƙirƙira ni don in zama.
Ka ba ni haske a cikin wannan tsari,
da kuma kwarin gwiwa don shiga cikin abin da ke tasowa.
rayuwa a cikina wadda ke nuna wannan sabuwar asalin.

Amin.

KWANA TA 32 — Kwanciyar Hankali A Cikin Kuntataccen Hanya

Lokacin da Daidaito Ya Zama Sabon Gidauniyar Ku

"Na ga ya ci gaba da tafiyarsa da tabbaci, bai juya zuwa dama ko hagu ba."
- *John Bunyan, The Pilgrim's Progress*

Akwai lokacin da kowane mataki yake jin rashin tabbas.
Na yi tambaya game da komai.
Alkiblata. Shawarwarina. Har ma da sha'awar ci gaba.
Akwai lokutan da na matsa gaba,
da kuma lokutan da na kusan juyo baya.
Amma yanzu… wani abu ya daidaita.
Ba komai ya bayyana ba.
Ba komai ya kasance mai sauƙi ba.
Amma ban sake samun kwanciyar hankali ba.
Ban sake canzawa da kowace tunani, kowace ji, da kowace matsin lamba da ta zo mini ba. Akwai wani abu da ke ƙarƙashin motsina yanzu—wani abu da bai dogara da yadda na ji a lokacin ba.
Har yanzu ina tafiya.
Amma yanzu, na **kafu** .
Bunyan ya bayyana irin wannan ci gaba da ƙarfi mai natsuwa.
Christian ba ya sake karkatar da hankalinsa cikin sauƙi. Ba ya sake janye hankalinsa daga hanya ta kowace murya, kowace zaɓi, da kowace shagala.
Ya koyi hanyar.
Ba wai kawai a ka'ida ba,
har ma a aikace.
Kuma saboda haka, ba ya sake motsawa cikin sauƙi.
Za ka iya fara jin wannan yanzu.
Ina:

- Ba a girgiza ka cikin sauƙi kamar da ba
- Ba a iya raba hankalinka ko kuma a janye ka cikin sauƙi kamar yadda kake yi a da ba
- kana da daidaito, koda lokacin da abubuwa suke da wahala

Kuma wannan ya bambanta da matakan da suka gabata.
Domin a da, motsinka yakan kasance mai amsawa.
Yanzu, an yi **masa kauri** .
A da, kana buƙatar tunatarwa.
Yanzu, kana ɗauke da alkibla a cikin kanka.
A da, kana koyon abin da za ka yi.
Yanzu, kana zama wanda **ke yin sa akai-akai** .
Duk da haka, akwai wani abu mai mahimmanci a nan.
Domin kuwa kwanciyar hankali ba iri ɗaya bane da isowa.
Ba ka gama ba.
Ba ka kammala tafiyar ba.
Amma ka zama... **tsayayye** .
Kuma dole ne a kiyaye wannan daidaiton.
Domin da zarar wani abu ya daidaita,
ana iya ɗauka cewa yana daidai.
Za ka iya fara tunani:
Na sami salon rayuwata.
Na san yadda wannan ke aiki yanzu. Ba sai na yi taka-tsantsan ba.
Amma mahajjacin Bunyan bai yi sakaci ba.
Ya ci gaba da wayar da kan jama'a.
Domin kuwa kwanciyar hankali ba abu ne da za ka iya cimmawa ba kuma ka manta da shi.
Abu ne da kake **kiyayewa** .
To me mutum zai yi, idan ya sami tsari mai ƙarfi, lokacin da hanyarsa ba ta da tabbas, kuma matakansa ba su da tabbas?
Dole ne ya kiyaye abin da aka ƙirƙira.
Ba da tsoro ba.
Amma da hankali.

Tambayoyin Tunani

- A waɗanne fannoni ne na ƙara samun daidaito da daidaito?
- Ina ne ba zan sake girgiza ko kuma in shagala cikin sauƙi ba?
- Waɗanne alamu ne suka kafu a rayuwata?
- A ina zan iya fara ɗaukar wannan kwanciyar hankali a matsayin abin wasa?
- Ta yaya zan iya kiyaye abin da aka samar a cikina?

Zurfin Tunani

Ba wai kawai mahajjacin Bunyan ya fara ba.
Ya tsaya **cak a kan hanya** .
Dole ne ku gane wannan:
Kwanciyar hankali ba shine ƙarshen ci gaba ba.
Shi ne ginshiƙin abin da zai biyo baya.
Tambayi kanka:
Me ya zama daidai a cikina
wanda dole ne a kare shi yanzu?
Nan ne balaga ta fara kasancewa.

Tsarin Aiki (A yau kawai)

1. Gano wuri ɗaya da ka zama mai karko
2. Ka yarda da shi:
   "Wannan yanzu wani ɓangare ne na wanda nake."
3. Karfafa shi da gangan a yau.
   Kada ka ɗauka—ka yi shi da gangan
4. Cire wani ƙaramin abu mai ɗauke hankali
   wanda ke barazana ga wannan daidaiton

Addu'a

Ya Ubangiji,
na ga cewa ka kawo ni wurin kwanciyar hankali.
Ba ni da kwanciyar hankali kamar yadda nake a da.
Ba na jin motsin jiki cikin sauƙi.

Ka taimake ni kada in ɗauki wannan a matsayin abin wasa.
Ka taimake ni in kiyaye abin da Ka halitta a cikina.
Ka ba ni wayar da kan jama'a don kiyaye
abin da ya zama daidai.
Kuma ku ci gaba da ƙarfafa ni
don kada in kauce, amma in tsaya cak a kan hanya.
Amin.

MATAKI NA 5 — Juriya da Zuwa (Kwanaki na 33–40)

Juriya, balaga, kammalawa, da kuma aiwatarwa

KWANA TA 33 — Gajiyawar Ci gaba

Lokacin da Ci gaba da Daidaitawa Ya Ji Wuya Fiye da Farawa Mai Karfi

"Na gaji da rayuwata... duk da haka ban yi ƙarfin halin yin kasa a gwiwa ba."
- *John Bunyan, Grace Aunolding*

Akwai wani irin gajiya da ke tasowa daga gwagwarmaya.
Kuma akwai wani nau'in da ke fitowa daga **ci gaba** .
Na riga na jure abubuwa da yawa.
Na yi tafiya cikin juriya, rikici, ladabi, da tsari. Na koyi kasancewa cikin natsuwa. Na gina tsare-tsare. Na zama mai daidaito fiye da yadda na taɓa kasancewa a da.
Amma yanzu, wani abu daban ya fara bayyana.
Ba juriya ba.
Ba rudani ba.
Amma **gajiya** .
Ba irin wanda ke sa ka tsaya nan take ba.
Amma irin wanda ke tambaya a hankali:
Har yaushe zan ci gaba da haka?
Domin babu wani abu sabo kuma.
Hanya a bayyane take.
An kafa fannoni daban-daban. Alkiblar ba ta da wani tasiri a yanzu.
Amma ƙoƙarin… ya ci gaba.
Kuma a nan ne ake gwada wani abu mai zurfi.
Domin kuwa ya fi sauƙi a fara da ƙarfi
fiye da ci gaba da juriya.
Bunyan yana magana daga wannan wuri da gaskiya. Bai kwatanta mutumin da koyaushe yake jin ƙarfi, koyaushe yana jin tabbas, koyaushe yana jin kuzari ba.
Ya bayyana wani mutum wanda **ya ci gaba yayin da yake gajiya** .

Ba don yana jin dadi ba.
Ba don ya zama mai sauki ba.
Amma saboda ya yi nisa sosai
don ya daina.
Za ka iya jin wannan yanzu.

Ina:

- har yanzu kana yin abin da ya dace
- har yanzu kuna tafiya cikin daidaito
- amma kuna jin nauyin maimaitawa

Babu wani abin sha'awa a ciki.
Babu gaggawar tura ka gaba.
Kawai... ci gaba.
Kuma ci gaba zai iya jin nauyi.
Domin ba ka sake mayar da martani ba.
Kana ci gaba da dorewa.
Kuma dorewa tana bukatar wani abu mai zurfi fiye da kwarin gwiwa.
Yana bukatar **juriya ba tare da lada mai karfi ba** .
Za ka iya fara tunani:
Me yasa wannan yake da gajiya haka?
Me yasa wannan yake da wahala yanzu fiye da da? Shin bai kamata wannan ya zama mafi sauki ba yanzu?
Amma wannan ba alama ce da ke nuna cewa akwai matsala ba.
Wannan alama ce da ke nuna cewa wani abu **gaskiya ne** .
Domin kuwa karshen kowane tsari ba a nuna shi da karfi ba.
Ana nuna shi da **daidaito a karkashin gajiya** .
Bunyan bai gama tafiyarsa ba saboda yana jin karfi.
Ya gama saboda bai tsaya ba
lokacin da ya ji gajiya.
To me mutum zai yi, alhali ba ya kokarin farawa, amma yana kokarin ci gaba? Lokacin da babu abin da ke damun sa, amma komai yana jin nauyi?
Bai kamata ya nemi karfi a ji ba.
Dole ne ya tsaya tsayin daka wajen **yanke shawara** .

Tambayoyin Tunani

- Ina nake jin gajiyar ci gaba a yanzu?
- Wane ɓangare na rayuwata nake jin yana maimaitawa ko kuma yana ɓata min rai?
- Ina nake sha'awar rage gudu—ba don kuskure ba, amma saboda gajiya?
- Me nake tsammanin ji wanda ban sake ji ba?
- Shin ina dogara ne akan kwarin gwiwa—ko kuma jajircewa?

Zurfin Tunani

Bunyan bai gama da ƙarfi ba.
Ya gama da juriya.
Dole ne ku gane wannan:
Gajiya ba alama ce ta tsayawa ba.
Gwaji ne na abin da aka samar.
Tambayi kanka:
Zan ci gaba
ko da lokacin da ban ji ƙarfin yin hakan ba?
Nan ne kammalawa ya fara ɗaukar hankali.

Tsarin Aiki (A yau kawai)

1. Gano wuri ɗaya da kake jin gajiya
2. A bayyane yake cewa:
   "Na gaji—amma zan ci gaba."
3. Yi irin wannan horon a yau
   ba tare da jira don jin shirye ba
4. Ka yi shi da sauƙi—amma kada ka yi watsi da shi

Addu'a

Ubangiji,
ina jin nauyin ci gaba.
Ba wai don na ruɗe ba,
sai don na gaji.
Ka taimake ni kada in tsaya
kawai saboda ina jin gajiya.

Ka ba ni ƙarfi fiye da yadda nake ji.
Ka ba ni juriya fiye da yadda nake ji.
Ka koya mini in ci gaba
ba don yana da kyau ba, amma domin yana da kyau.
Kuma ku kai ni ta wannan wuri
inda ake ƙirƙirar kammalawa a cikina.
Amin.

KWANA TA 34 — Lokacin da Babu Wani Abu da Yake Da Banza

Lokacin da Imani Ya Ci Gaba Ba Tare da Motsin Rai Ba

"Na ci gaba... duk da cewa ba ni da kwanciyar hankali sosai, kuma ina da duhu sosai."
- *John Bunyan, Grace Aunolding*

Akwai lokacin da komai ya yi zafi sosai.
Kowace mataki tana da mahimmanci.
Kowace fahimta tana da kaifi. Kowace motsi tana da nauyi da wayewa.
Na lura da komai.
Abin da zan tafi.
Abin da nake koya. Abin da nake zama.
Amma yanzu, wani abu ya canza.
Ba a kan alkibla ba.
Ba a kan alkibla ba.
Amma a cikin **ji** .
Babu wani abu da ya sake zama sabon abu.
Hanyar ta saba.
An kafa fannoni daban-daban. Zaɓuɓɓukan ba su da wahala kamar haka.
Amma ba su sake... rayuwa kamar yadda suke ji a da ba.
Kuma wannan ya dame ni.
Domin na zo ne don in danganta motsi da ji.
Ci gaba da ƙarfi.
Ci gaba da wayewa.
Amma yanzu, ina ci gaba—ba tare da hakan ba.
Kuma ya sa ni tambaya:
Shin wani abu ya ɓace?
Na rasa wani abu? Me yasa wannan yake jin kamar… abu ne na yau da kullun?

Bunyan yana magana daga wannan wuri cikin nutsuwa. Akwai lokutan da yake tafiya ba tare da jin dadi ba, ba tare da fahimta ba, ba tare da jin kusancin da yake ji a da ba.
Ba wai don ya rasa alkibla ba ne.
Amma saboda ya wuce gona da iri kan yadda yake ji.
Kuma a nan ne mutane da yawa suka fahimci tafiyar ba daidai ba.
Domin idan motsin rai ya ɓace,
zai iya jin kamar wani abu ya ɓace.
Amma sau da yawa, babu abin da ke damun mutum.
Wani abu ya girma kawai.
Za ka iya jin wannan yanzu.
Ina:

- har yanzu kuna da daidaito
- har yanzu suna kan layi
- har yanzu ina tafiya

Amma ba tare da irin wannan yanayin hadin gwiwa ba.
Yana jin kamar abin yau da kullun ne.
Ana iya hasashensa. Ba abin mamaki ba ne.
Kuma wani ɓangare naku yana mamakin ko wannan raguwa ce.
Amma ba haka bane.
Nan ne bangaskiya ke **zama ba tare da motsin rai ba** .
Inda ba ka sake jin dadin yadda ake ji ba,
amma abin da ka zama ya ci gaba da riƙe ka.
Domin jin dadi zai iya fara tafiya.
Amma ba zai iya jure shi ba.
Bunyan bai ci gaba ba saboda ya ji dadi.
Ya ci gaba saboda ya zama **angare** .
To me mutum zai yi, idan babu wani abu da yake jin sabon abu, babu wani abu da yake jin zafi, kuma babu wani abu da yake jin ma'ana musamman - amma har yanzu yana kan hanya?
Bai kamata ya bi ji ba.
Dole ne ya ci gaba da kasancewa cikin **aminci** .

Tambayoyin Tunani

- Ina tafiyar da nake yi take jin kamar ta yau da kullun ko kuma ba ta da wani abin mamaki?
- Me na rasa game da yadda abubuwa suke ji a da?
- Ina nake sha'awar fassara rashin motsin rai a matsayin rashin ci gaba?
- Shin ina dogaro da jin dadin ci gaba da yin aure?
- Zan iya ci gaba ko da babu wani abu da ya zama sabon abu?

Zurfin Tunani

Bunyan ya yi tafiya cikin yanayi ba tare da jin dadi ba.
Amma bai tsaya ba.
Dole ne ku gane wannan:
Idan motsin rai ya ɓace,
ana ƙarfafa bangaskiya.
Tambayi kanka:
Idan babu wani abu da ya bambanta,
shin zan ci gaba da haka?
Nan ne balaga ta zama gaskiya.

Tsarin Aiki (A yau kawai)

1. Gano wani yanki da ke jin kamar na yau da kullun
2. Ka yarda da shi:
   "Wannan ba sai ya zama sabon abu ba kafin ya zama gaskiya."
3. Yi shi a yau da aminci cikin nutsuwa
4. Kada ka yi ƙoƙarin sa ya ji kamar ya bambanta
   kawai ka ci gaba da kasancewa a wurin

Addu'a

Ubangiji,
abubuwa ba sa jin kamar yadda suke ji a da.
Babu ƙarfi,
babu ƙarfin motsin jiki.

Duk da haka, har yanzu ina nan.
Ka taimake ni kada in dogara ga jin dadin
kasancewa da aminci.
Ka koya mini in ci gaba
ko da babu wani abu da ya zama sabon abu.
Bari bangaskiyata ta kasance da ƙarfi,
ba ta hanyar motsin rai ba, amma ta dogara ne akan abin da
Ka halitta a cikina.
Kuma ka kiyaye ni daga bin abin da na taɓa ji,
maimakon zama a inda aka kira ni.
Amin.

KWANA TA 35 — Kula da Abin da Aka Gina

Lokacin da Abin da Ka Samu Zai Iya Rasawa Cikin Natsuwa

"Na ga yana kallon matakansa da kyau... domin ya san cewa hanyar ƙunƙunta ce, kuma haɗari ba ta da nisa."
- *John Bunyan, Ci gaban Mahajjata*

Na yi nisa sosai.
Fiye da yadda na zata lokacin da na fara. Abin da a da yake jin ba zai yiwu ba yanzu yana kama da wanda aka kafa. Abin da a da yake buƙatar ƙoƙari yanzu yana kama da na halitta. Abin da a da ya rikitar da ni yanzu yana kama da abin da aka sani.
Ban sake yin gwagwarmaya a irin wannan hanyar ba.
Amma hakan ba yana nufin na wuce gona da iri ba.
A gaskiya ma, wani abu mafi zurfi ya fara bayyana.
Ba juriya ba.
Ba rudani ba.
Amma **rashin kulawa** .
Ba ta hanyoyi bayyanannu ba.
Ba ta hanyar yanke shawara a bayyane ba.
Amma a ƙananan canje-canje.
Na lura cewa ban kula da su sosai kamar da ba. Ban san komai ba. Ban san komai game da abubuwan da suka fi muhimmanci a da ba. Abubuwa iri ɗaya da na yi a aikace a hankali yanzu suna faruwa kusan ta atomatik - kuma saboda haka, ban sake kiyaye su da irin wannan niyya ba.
Kuma a nan ne wani abu zai iya fara zamewa.
Ba kwatsam ba.
Amma a hankali.
Bunyan ya bayyana wannan haɗari da daidaito. Hanyar ba ta faɗaɗa kawai saboda ka yi tafiya da ita tsawon lokaci ba. Ta kasance ƙarama. Ta kasance daidai. Kuma har ma waɗanda

suka yi tafiya mai nisa za su iya yin tafiya—idan suka daina mai da hankali.
Domin
dole ne a **kiyaye abin da aka gina** .
Ba a yi zato ba.
Ba a bar shi ba tare da kulawa ba.
An tsare.
Za ka iya gane wannan yanzu.
Ina:

- kana da kwanciyar hankali
- kai mai daidaito ne
- Ba ka sake fama kamar da ba

Amma kuma ba ka da hankali sosai.
Za ka fara:

- sassauta hankalinka
- ku ɗauka cewa tsarinku zai yi daidai
- amince da daidaitonka ba tare da ƙarfafa shi ba

Kuma a nan ne ƙananan yarjejeniyoyi ke farawa.
Ba da gangan ba.
Ba a bayyane yake ba.
Amma gaskiya ne.
Za ka iya tsallake wani abu da ka taɓa riƙewa da ƙarfi. Ka jinkirta wani abu da ka taɓa fifita. Ka bar wani abu ƙarami wanda ba za ka taɓa yarda da shi ba a da.
Kuma saboda ƙarami ne,
yana jin babu wata illa.
Amma ƙananan canje-canje, idan aka maimaita su,
suna zama alkibla.
Mahajjacin Bunyan bai yi sakaci ba domin ya ci gaba.
Ya **ƙara sani** .
Domin ya fahimci cewa abin da aka samar zai iya raunana idan ba a kula da shi ba.
To me mutum zai yi, idan ya gina wani abu na gaske—daidaituwa, ladabi, da kuma tsabta—amma ya fara jin kamar bai kula da komai ba kamar da?
Dole ne ya koma ga sanin yakamata.
Ba don tsoro ba.

Amma saboda **alhakin da aka ɗora masa** .

Tambayoyin Tunani

- Ina na fara rashin kulawa kamar yadda na saba?
- Waɗanne halaye ko horo nake fara ɗauka maimakon yin taka tsantsan?
- Ina na bar ƙananan yarjejeniyoyi su shiga cikin shiru?
- Me nake daina kallo a hankali?
- Yaya zai kasance idan aka sake yin ganganci?

Zurfin Tunani

Mahajjacin Bunyan bai rasa hanyar ba kwatsam.
Hadarin yana kasancewa a **hankali a hankali** .
Dole ne ku gane wannan:
Abin da ba a tsare shi ba
ba zai ci gaba da ƙarfi ba.
Tambayi kanka:
Me a rayuwata yanzu
ya kamata a kare ni—ba a ɗauka ba?
Nan ne balaga ta zama alhakin.

Tsarin Aiki (A yau kawai)

1. Gano wani yanki inda ba ka da niyyar yin hakan
2. Komawa gare shi da gangan yau
   Yi shi kamar yadda kuka yi a farko
3. Cire ƙaramin sulhu ɗaya
   da ka yarda da shi
4. Karfafa abin da kake son ci gaba da shi

Addu'a

Ya Ubangiji,
na ga na gina wani abu—amma ba koyaushe nake tsare shi ba.
Na zama ƙasa da hankali,
ƙasa da hankali, ƙasa da sanin yakamata.
Ka taimake ni in koma ga taka tsantsan.
Ka taimake ni in kare abin da Ka halitta a cikina.
Ka sanar da ni yadda zan lura da ƙananan canje-canje
kafin su zama manyan.
Kuma ka koya mini in kasance da niyyar yin hakan—
ba kawai a farko ba, har ma a duk tsawon lokacin.
Amin.

KASHI NA 36 — Hatsarin Alfahari Mai Natsuwa

Lokacin da Ci Gaba Ya Zama Wani Abu da Ka Fara Dogara da Shi

"Na yi tunani a raina cewa yanzu na zama wani abu... amma da sauri na ga ina da abubuwa da yawa da zan koya."
- *John Bunyan, Grace Aunounding*

Ban lura da shi ba da farko.
Bai fito da ƙarfi ba.
Bai bayyana kansa ba.
Ya zo a hankali—kusan ba a gani.
Wani ɗan ƙaramin sauyi a yadda na ga kaina.
Ban sake kasancewa a inda na kasance ba. Wannan a bayyane yake. Na girma. Na canza. Na zama mai daidaito, mai kwanciyar hankali, kuma mai daidaito fiye da yadda na kasance a da.
Kuma a hankali, ba tare da na sani ba, na fara la'akari da hakan.
Ba ta hanyoyi a bayyane ba.
Ba ta kalmomi zan faɗi da babbar murya ba.
Amma a cikin hali.
A yadda na yi tunani game da kaina.
A yadda na auna inda na tsaya.
Akwai wani yanayi na shiru na:
Ba ni da kamar yadda nake a da.
Ina cikin koshin lafiya. Na yi nisa sosai.
Kuma duk da cewa hakan ba gaskiya ba ne gaba ɗaya…
Ya fara canza wani abu a cikina.
Domin hankalina ya koma—a hankali—daga abin da ke halicce ni,
zuwa abin da na **zama** .

Bunyan ya rubuta game da wannan hadarin da zurfin sani. Ko da yake yana girma, ko da yake yana girma, ya ga yadda zuciya za ta iya fara hutawa cikin sauri a cikin ci gabanta—don samun kwarin gwiwa ba ga Allah ba, amma a cikin abin da aka cimma.

Kuma a nan ne dole ne a kiyaye wani abu mai laushi.

Domin kuwa girma, idan ba a yi shi da kyau ba,

zai iya zama abin da za ka fara **dogara da shi** .

Za ka iya jin wannan yanzu.

Ina:

- ka fahimci ci gabanka
- ka ga yadda ka yi nisa
- Ba ka sake yin gwagwarmaya a irin wannan hanyar ba

Kuma tare da wannan akwai wani sauyi mai natsuwa:

Za ka fara amincewa da kanka sosai.

Ba ta hanyar lafiya da tushe ba.

Amma ta hanyar da a hankali take maye gurbin dogaro.

Za ka rage lura.

Ba ka san bukatarka ba. Ba ka kula da abin da ke tallafa maka ba.

Kuma haka girman kai yake a nan.

Ba girman kai ba.

Ba kamar kwatantawa ba.

Amma a matsayin ' **yancin kai mai sauki** .

Ba ka sake cewa, "Ina bukatar taimako ba."

Za ka fara rayuwa kamar kana **tafiyar da abubuwa yadda ya kamata da kanka** .

Bunyan bai yi watsi da wannan ba.

Ya fuskanci hakan.

Domin ya fahimci cewa babban hadarin da ke tattare da wannan matakin ba gazawa ba ne.

Manta da **abin da ya dauke shi ne** .

To me mutum zai yi, idan ya fara girma—kuma wannan ci gaban ya fara tsara yadda yake ganin kansa a hankali? Lokacin da ci gaba ya zama wani abu da zai fara dogaro da shi, maimakon wani abu da yake sane da shi?

Dole ne ya koma ga tawali'u.

Ba ta hanyar musanta ci gaba ba.
Amma ta hanyar tunawa **da tushensa** .

Tambayoyin Tunani

- A ina na fara jin kwarin gwiwa a kaina maimakon sanin bukatata?
- Wane ci gaba na fara ɗaukar nauyin mallakar gida?
- Ina na fara dogaro da kaina fiye da da?
- Me nake dogara da shi da dabara—ni kaina, ko kuma me ya halicce ni?
- Ina nake bukatar komawa ga tawali'u?

Zurfin Tunani

Bunyan bai musanta cewa ya girma ba.
Amma ya ki barin ci gaba ya zama tushensa.
Dole ne ku gane wannan:
Ci gaba gaskiya ne.
Amma ba wai yana haifar da kansa ba ne.
Tambayi kanka:
Me nake fara dogara da shi—
kaina, ko kuma me ke rike ni?
Nan ne tawali'u ke kiyaye abin da girman kai zai iya raunana a hankali.

Tsarin Aiki (A yau kawai)

1. Gano wani yanki inda kake jin kwarin gwiwa da kanka
2. Sake fasalta shi a sarari:
   "Wannan an kirkira shi a cikina - ba ya dawwama da kansa."
3. Komawa ga yanayin dogaro a yau
   a wannan takamaiman yanki
4. Yi aiki ɗaya a hankali—ba tare da an gane shi a ciki ba

Addu'a
Ubangiji,
na ga na girma.
Amma kuma ina ganin yadda zan iya fara dogaro da wannan ci gaban cikin sauƙi.
Ka kiyaye ni daga girman kai mai zurfi.
Ka kiyaye ni daga 'yancin kai mai shiru.
Ka taimake ni in tuna
cewa abin da aka samar a cikina ba ni kaɗai ba ne ya samar da shi.
Ka mayar da ni cikin tawali'u—
ba ta hanyar musanta abin da ya canza ba, amma ta hanyar tunawa da abin da ke riƙe shi.
Kuma ka sanya zuciyata ta yi ƙarfi
don kada in rasa abin da ka gina.
Amin.

KWANA TA 37 — Kammalawa da ƙarfi, Ba kawai Farawa daidai ba

Lokacin da Karshen Ya Bukaci Niyya Fiye da Farko

"Na ga cewa da yawa sun yi tafiya mai kyau, amma kaɗan ne suka ci gaba har zuwa ƙarshe da irin wannan kulawa."
- *John Bunyan, The Pilgrim's Ci gaba (ƴigon)*

Ina tuna yadda na fara.
Akwai gaggawa.
Bayyananne. Sanin kai tsaye cewa dole ne wani abu ya canza.
Na yi sauri.
Da sauri. Ba tare da ɓata lokaci ba.
Kuma a wancan lokacin, abin da nake yi ya bayyana sarai.
Amma yanzu, ina gab da ƙarshe.
Kuma na ga wani abu da ban fahimta ba tun farko.
Farawa ba shine mafi wahala ba.
Kammalawa shine.
Domin kuwa sau da yawa ana fara shi ne da gaggawa.
Wani abu yana katse maka tunani.
Wani abu yana tashe ka. Wani abu yana tura ka gaba.
Amma kammalawa?
Kammalawa ba gaggawa ba ne ke haifar da hakan.
Ana ci gaba da **shi ne bisa niyya** .
Bunyan ya fahimci wannan sosai. Ya ga mutane da yawa waɗanda suka fara tafiyar da ƙarfin gwiwa—waɗanda suka gani a sarari, suka amsa da sauri, kuma suka ci gaba da ƙarfi.
Amma ba duka suka gama ba.
Ba don ba su da ƙarfin hali ba.
Amma saboda ba su kasance da **niyya a ƙarshe** kamar yadda suke a farko ba.
Kuma a nan ne aka sami bambanci.
Ba ta yadda za ka fara ba.

Amma a yadda kake ci gaba lokacin da babu abin da ke tura ka yanzu.
Za ka iya jin wannan yanzu.
Ina:

- kun kusa kammalawa
- ka yi nisa
- ka san abin da za ka yi

Amma kaifin farko ya yi laushi.
Gaggawa ta tafi.
Karfin ya lafa.
Kuma saboda wannan, akwai wata babbar matsala:
Don rage zafi.
Ba don tsayawa gaba ɗaya ba.
Amma don rage daidaito. Rashin niyya. Rashin mai da hankali sosai.
Don ɗauka:
Na kai wannan matakin.
Zan isa can.
Amma ƙarshen aikin yana buƙatar wani abu na musamman.
Ba ƙarin ƙokari ba.
Amma ƙarin **kulawa** .
Domin ƙananan kurakurai a nan sun fi muhimmanci fiye da da.
Ba wai don kana da rauni ba.
Amma saboda kuna kusa.
Mahajjacin Bunyan ba ya hutawa a ƙarshe.
Ya ƙara sani.
Karin hankali.
Karin hankali.
Domin ya fahimci cewa kammalawa yana buƙatar **kulawa kamar farawa - ko ma fiye da haka** .
To me mutum zai yi, idan ya yi nisa, lokacin da ya kusa kammalawa, amma ya ji kamar yana da jan hankali don ya sassauta masa hankali?
Dole ne ya sake yin kaifi.
Ba a cikin ƙarfi ba.
Amma a cikin **daidaito** .

Tambayoyin Tunani

- Ina na fara sassauta hankalina saboda ina gab da ƙarshe?
- Me yasa nake jin "aminci" da nake tsammanin zai taimake ni?
- Ina nake buƙatar sake zama mai ganganci?
- Shin ina gamawa da irin kulawar da na fara da ita?
- Yaya zai kasance idan aka gama da ƙarfi—ba kawai aka zo ba?

Zurfin Tunani

Bunyan ya ga mutane da yawa sun fara.
Amma ba duka suka gama da irin wannan kulawa ba.
Dole ne ku gane wannan:
Karshen tafiyar yana
buƙatar niyya kamar farkon.
Tambayi kanka:
Shin ina tsammanin zan gama—
ko kuma zan zaɓi in gama da kyau?
Nan ne kammalawa ya zama da gangan.

Tsarin Aiki (A yau kawai)

1. Gano wani yanki da hankalinka ya ragu
2. Sake yin hakan da gangan a yau
3. Yi shi da kulawa da daidaito
   ba tare da ɓata lokaci ba
4. A yau, a matsayin mafi mahimmanci, a yi amfani da shi kamar yadda yake da muhimmanci.

Addu'a

Ya Ubangiji,
na yi nisa, amma ba na son in gama da sakaci.
Ku taimaka min in ci gaba da kasancewa da niyya
ko da a wannan matakin.

Ka mai da hankalina.
Ka sake mai da hankali kan matakana.
Kada in ɗauka ƙarshen—
amma in zaɓe shi da hankali.
Kuma ku ba ni horon
kammalawa da ƙarfi, ba kawai don in isa ba.
Amin.

KWANA TA 38 — Gaskiyar Ra'ayin Madawwami

Lokacin da Karshen Ya Fi Gaske Fiye da Yanzu

"Na ga birnin yana haskakawa a gabansa... kuma ɗaukakarsa ta jawo zuciyarsa gaba."
- John Bunyan, Ci gaban Mahajjata

Wani abu ya fara canzawa kuma.
Ba a cikin sawuna ba.
Ba a cikin ɗabi'ata ba.
Amma a cikin abin da nake **kallo** .
Na dogon lokaci, tafiyar ta kasance game da abin da zan tafi...
sannan abin da nake fuskanta... sannan abin da nake zama.
Amma yanzu, wani abu ya fara bayyana.
Karshen bai ƙara nisa ba.
Yana zama... gaskiya.
Ba a yi tunaninsa ba.
Ba alama ba ce.
Amma **yana nan a cikin sanina** .
Ban iya ganinsa sosai ba.
Amma na fahimci hakan.
Kuma ya canza yadda nake tafiya.
Domin idan ƙarshen ya zama gaskiya,
yanzu ba komai bane.
Bunyan ya kama wannan lokacin da ƙarfin shiru. Mahajjacin ya fara ganin Birnin Sama—ba gaba ɗaya ba, ba a bayyane ba, amma har ya fara jan hankalinsa.
Yana canza masa hankali.
Ba ya sake tafiya don kawai ya ci gaba.
Yana tafiya ne domin ya san
inda zai je .
Kuma wannan yana sake fasalin komai.
Za ka iya fara jin haka yanzu.

Ina:

- hangen nesanka yana canzawa
- abin da a da yake jin mahimmanci yana jin ƙarami
- Abin da ya taɓa jan hankalinka a da ba ya ɗaukar nauyin iri ɗaya yanzu

Ba wai don waɗannan abubuwan sun ɓace ba.
Amma saboda wani abu mafi girma ya bayyana.
Za ka fara aunawa ta wata hanya daban.
Ba ta hanyar abin da ke nan take ba.
Ba ta hanyar abin da ke bayyane ba.
Amma ta abin da ke **dawwama** .
Kuma wannan yana haifar da wani nau'in haske daban.
Domin abubuwa da yawa da suka taɓa zama masu muhimmanci
a da ba sa riƙe da irin wannan darajar.
Kuma abubuwa da yawa da a da suke jin kamar suna da nisa yanzu suna jin kamar suna da mahimmanci.
Mahajjacin Bunyan ba ya yin sakaci idan ya ga ƙarshen.
Ya fi mai da hankali.
Domin kuwa kusantarsa,
haka zai fi bayyana abin da yake da muhimmanci.
Kuma me mutum zai yi, idan ra'ayinsa ya fara canzawa, lokacin da ƙarshen ya zama gaskiya fiye da na yanzu, kuma me ya bayyana shi a baya ya fara rasa mahimmancinsa?
Dole ne ya daidaita kansa da abin da ke dawwama.
Ba wani ɓangare ba.
Ba lokaci-lokaci ba.
Amma gaba ɗaya.

Tambayoyin Tunani

- Me ya fara jin kamar ba shi da muhimmanci a gare ni kwanan nan?
- Me ke ƙara zama babban abu a yadda nake tunani da rayuwa?

- Ina har yanzu hankalina ya kwanta da abin da yake na ɗan lokaci?
- Yaya zai kasance idan aka rayu da ƙarshen da ake gani?
- Ina daidaita rayuwata da abin da zai dawwama?

Zurfin Tunani
Abin da ya fara gani ya jawo hankalin mahajjacin Bunyan gaba
.

Dole ne ku gane wannan:
Idan ƙarshen ya zama gaskiya,
za a sake kimanta komai.
Tambayi kanka:
Me nake rayuwa a yanzu—
menene nan take, ko menene madawwami?
Nan ne hangen nesa ke zama daidaito.

Tsarin Aiki (A yau kawai)

1. Gano abu ɗaya da kake riƙewa wanda yake na ɗan lokaci
2. Sake kimanta shi da gaskiya
3. Ka mayar da hankalinka yau zuwa ga wani abu mai ɗorewa
4. Yi shawara ɗaya a yau bisa ga hangen nesa na har abada

Addu'a
Ya Ubangiji,
ka taimake ni in ga fiye da abin da ke nan take.
Taimaka min in fahimci abin da yake da muhimmanci.
Canza ra'ayina
daga abin da yake na ɗan lokaci zuwa abin da yake dawwama.
Ja zuciyata gaba—
ba ta hanyar matsin lamba ba, amma ta hanyar haske.
Kuma daidaita rayuwata
da abin da zai kasance lokacin da komai ya shuɗe.

Amin.

KASHI NA 39 — Karshe Ba Karshe Ba Ne

Lokacin da Kammalawa Ya Zama Canji

"Na gani a mafarkina, waɗannan mutane biyu sun shiga ƙofar... sai ga su, suna shiga, kamanninsu ya canza, an kuma sanya musu tufafi masu sheƙi kamar zinariya."
- *John Bunyan, The Pilgrim's Progress*

Na yi tunanin tafiyar za ta ƙare da isowa.
Cewa za a sami lokaci mai haske—hayewa, kammalawa, mataki na ƙarshe inda duk abin da aka ɗauka, aka jure, aka gina zai huta.
Kuma a wata ma'ana, hakan gaskiya ne.
Akwai isowa.
Akwai hanyar ketarewa.
Akwai lokacin da abin da aka bi ya zama gaskiya.
Amma Bunyan ya nuna wani abu mai zurfi.
Karshen ba kawai ƙarshe ba ne.
Sauyi **ne** .
Domin abin da aka kammala
ba ya ɓacewa.
An bayyana shi.
Tafiyar da na yi—shawarwari da na yanke, tsarin da na gina, mutumin da na zama—ba ya ƙare a ƙofar gida ba.
Yana **ci gaba** .
Ba a cikin tsari ɗaya ba.
Ba a cikin gwagwarmaya ɗaya ba.
Amma a cikin cikakken bayaninsa.
Bunyan ya bayyana mahajjacin da ya shiga, ba a matsayin wanda ya tsere daga tafiyar ba, amma a matsayin wanda ya canza **ta hanyarta** .
Abin da aka ɓoye yana bayyana a fili.
Abin da aka ƙirƙira a hankali yana bayyana a fili. Abin da aka yi a ɓoye yana bayyana a fili gaba ɗaya.

Kuma wannan yana canza duk abin da ke ciki.
Domin kuwa tafiyar ba wai kawai ta shafi cimma ƙarshe ba ce.
Ya kasance game da zama
wanda zai iya **shiga daidai** .
Za ka iya fara jin wannan yanzu.
Ina:

- kun kusa kammalawa
- Ba ka sake yin ƙoƙari ta hanya ɗaya ba
- za ka iya ganin cewa wani abu ya canza da gaske

Duk da haka, akwai fahimtar juna:
Wannan ba wai kawai game da kammalawa bane.
Yana game da **abin da na zama ta hanyar kammalawa** .
Domin ƙarshen ba ya goge tafiyar.
Yana tabbatar da shi.
Kowace shawara tana da muhimmanci.
Kowace mataki tana siffanta wani abu. Kowace lokacin juriya ta samar da wani abu da ya **rage yanzu** .
Kuma wannan yana kawo wani nau'in fahimta daban.
Domin kuwa za ka fara gani:
Babu abin da aka ɓata.
Babu abin da aka ɓata ba zato ba tsammani. Babu abin da ba shi da wani amfani.
Har ma da sassa masu wahala.
Har ma da sassa masu jinkiri. Har ma da sassan da ba a gani.
Duk wannan ya taimaka
wajen samar da abin da ke nan a yanzu.
To me mutum zai yi, idan ya fahimci cewa ƙarshen ba kawai wurin tsayawa ba ne, amma bayyana abin da aka ƙirƙira?
Lokacin da kammalawa ba tserewa ba ne, amma canji?
Dole ne ya fahimci wannan:
Ba wai kawai yana isowa ba ne.
Yana **ƙara bayyana** .

Tambayoyin Tunani

- Me aka samar a cikina ta wannan tafiya?
- Waɗanne sassa na rayuwata ne yanzu ke nuna wani abu mai zurfi da kwanciyar hankali?
- Ina zan iya ganin babu abin da aka ɓata?
- Me nake ɗauke da shi yanzu da ban taɓa samu ba a da?
- Shin ina tunanin ƙarshen a matsayin tserewa—ko kuma a matsayin cikawa?

Zurfin Tunani
Bunyan bai bayyana ƙarshen a matsayin ɓacewa ba.
Ya bayyana hakan a matsayin **sauyi da aka bayyana** .
Dole ne ku gane wannan:
Karshen tafiyar
ya bayyana abin da tafiyar ta haifar.
Tambayi kanka:
Me ake bayyanawa a cikina yanzu
da ake ƙirƙira shi tun da daɗewa?
Nan ne kammalawa ya zama bayyananne.

Tsarin Aiki (A yau kawai)

1. Yi tunani a kan cikakken tafiya
   Gano abubuwa 3 da aka ƙirƙira a cikin ku
2. Rubuta su a sarari
   Kada ka rage girmansu.
3. Ka yarda:
   "Wannan shine abin da tafiya ta haifar a cikina."
4. Ku fahimci wannan gaskiyar a cikin yadda kuke tafiya a yau

Addu'a
Ubangiji,
na ga yanzu cewa wannan tafiya ba wai kawai game da kai ga ƙarshe ba ce.
Ya shafi abin da kake ƙirƙira a cikina
a hanya.

Ka taimake ni in gane abin da aka gina.
Ka taimake ni in ga cewa babu abin da aka ɓata.
Ka ba ni haske don fahimtar
abin da nake ɗauka yanzu domin na ci gaba.
Kuma ku shirya ni ba kawai don in isa ba,
har ma don in shiga cikin abin da wannan tafiya ta haifar a cikina.
Amin.

KWANA TA 40 — Zama Saƙo

Lokacin da Rayuwarka Take Magana Abin da Ka taɓa Karantawa Kawai

"Yanzu na gani a mafarkina, cewa waɗannan mahajjata, bayan sun shiga ƙofofin, an karɓe su... kuma rayuwarsu ta tsaya a matsayin shaida ta hanyar da suka zo."
- *John Bunyan, Ci gaban Mahajjata (jigon)*

Na fara wannan tafiya a matsayina na wanda ke ƙoƙarin fahimta.
Ina ƙoƙarin mayar da martani.
Ina ƙoƙarin canzawa. Ina ƙoƙarin matsawa daga inda nake zuwa inda na yi imanin cewa dole ne in kasance.
Kuma a kan hanya, na karanta.
Na saurara. Na yi tunani.
Na bi hanyar da aka riga aka rubuta.
Amma yanzu, wani abu ya canza.
Ba wai kawai ina karanta tafiyar ba ne.
Na yi **tafiya da shi** .
Ba cikakke ba ne.
Ba gaba ɗaya ba ne.
Amma da gaske.
Akwai abubuwan da na fahimta yanzu
waɗanda ban fahimta ba a da.
Ba wai don an yi musu bayani mai kyau ba.
Amma saboda an **rayu da su** .
Bunyan bai rubuta littafin "The Pilgrim's Progress" a matsayin labarin da za a yaba ba.
Ya rubuta shi a matsayin hanyar da za a bi.
Kuma waɗanda ke tafiya da shi ba sa zama iri ɗaya.
Ba wai kawai suna samun ilimi ba ne.
Suna zama... **shaida** .
Wannan shine canjin ƙarshe.

Ba daga jahilci zuwa fahimta ba.
Ba daga gwagwarmaya zuwa kwanciyar hankali ba.
Amma daga **karɓa**
zuwa **gabatarwa** .
Domin kuwa ba a taɓa yin niyyar tafiyar ta ci gaba da
kasancewa a shafin ba.
An yi nufin a rubuta shi a cikin rayuwa.
Za ka iya jin wannan yanzu.
Ina:

- Ba za ku ƙara kusantar wannan a matsayin bayani ba
- Ba ka sake kallo daga nesa ba
- kana gane cewa wani abu ya samo asali a cikinka

Kuma wannan yana canza rawar da kake takawa.
Ba wai kawai kai mai karatu ne ba.
Kana zama **shaida** .
Ba a cikin abin da ka faɗa ba.
Amma a yadda kake rayuwa.
Domin abin da aka ƙirƙira a cikinka
za a gani ta wurinka.
A cikin shawarwarinka.
A cikin tsarinka. A cikin amsoshinka.
A cikin abin da ka ci gaba da zaɓa—
ko da bayan wannan tafiya ta ƙare.
Mahajjacin Bunyan ba ya ɓacewa a ƙarshe.
Ya zama wani ɓangare na babban gaskiyar.
Rayuwa da ke nuna abin da aka yi tafiya a kai.
Kuma a nan ne tafiyar ta kammala kanta.
Ba lokacin da aka karanta shafi na ƙarshe ba.
Amma idan rayuwa ta ci gaba
da daidaitawa da abin da aka samar.
To me mutum zai yi, idan ya fahimci cewa ba wai kawai yana
bin saƙo ba ne—amma ya zama mai alhakin ɗaukar sa?
Dole ne ya rayu da shi.
Ba lokaci-lokaci ba.
Ba lokacin da ya dace ba.
Amma akai-akai.
Domin yanzu, saƙon ba ya fitowa daga waje.

Yana **cikinsa** .

Tambayoyin Tunani

- Me ya canza a cikina a cikin wannan tafiya?
- Ina rayuwata take yanzu tana nuna wani abu mai zurfi fiye da da?
- Me nake ɗauka yanzu wanda ban ɗauka ba tun farko?
- Ina zan ci gaba—ba don ina karatu ba, sai don na zama?
- Idan wani ya lura da rayuwata, me zai karanta?

Zurfin Tunani

Bunyan ya rubuta labari.
Amma ya rayu a zahiri.
Kuma waɗanda ke tafiya a kan hanyarsa
suna yin haka.
Dole ne ku gane wannan:
Tafiyar ba ta ƙare a nan ba.
Yana ci gaba ta cikinka.
Tambayi kanka:
Me rayuwata ke faɗi yanzu
wanda ba za ta iya faɗi ba a da?
Nan ne sakon zai bayyana.

Tsarin Aiki (Bayan Yau)

1. Gano tsari ɗaya da za ku ci gaba
   Ba na ɗan lokaci ba—har abada
2. Yi alkawarin a sarari
   "Wannan yanzu wani ɓangare ne na yadda nake rayuwa."
3. Zaɓi wani yanki na rayuwarka
   inda wannan tafiya dole ne ta kasance a bayyane
4. Fara rayuwa da ita—ba tare da bukatar tsari fiye da shawarar da ka yanke ba

Addu'a

Ya Ubangiji,
ban yi tafiya a wannan tafiyar don in ci gaba da kasancewa haka ba.
Na ga yanzu an samar da wani abu a cikina.
Ba cikakke ba ne.
Ba gaba ɗaya ba ne.
Amma da gaske.
Ku taimake ni in rayu abin da na koya.
Ku taimake ni in ɗauki abin da aka ba ni.
Bari rayuwata ta nuna abin da aka gina—
ba a kalmomi ba, amma a yadda nake ci gaba.
Kuma ka sanya ni shaida mai rai
game da abin da za ka iya yi, rayuwa da ba ta juyawa baya.
Amin.

KAMMALAWA - Hanyar da ke Ci gaba a Cikinka

Lokacin da Tafiya ta Zama Hanya ta Rayuwa

Akwai tafiye-tafiye da suka fara da ƙarewa a cikin shafuka.
Kuma akwai tafiye-tafiye da suka fara a shafuka
amma suka ƙi ci gaba da zama a can.
Wannan shine na ƙarshe.
Ba ka yi tafiya a waɗannan kwanaki arba'in don kammala shirin karatu ba.
Ka yi musu jagora don su fuskanci wani abu na gaske—
su gani a sarari, su mayar da martani da gaskiya, su jure da gangan, kuma su kasance cikin tsari mai kyau.
Da farko, hanyar waje ce.
Kana lura.
Ka yi la'akari. Ka auna abin da ake gabatarwa.
Amma a wani wuri a kan hanya, wannan nisa ta rufe.
Nauyin ya zama na kashin kanka.
Shawarwarin sun zama naka. Wannan motsi ba na ka'ida ba ne.
Ba ka sake karanta labarin wani mahajjaci ba.
Kana tafiya.
John Bunyan bai rubuta littafin *The Pilgrim's Progress* don nishadantar da tunanin ba.
Ya rubuta shi ne domin ya fallasa ruhin.
Domin a bayyana cewa tafiyar zuwa ga gaskiya ba ta da wani tsari - ana rayuwa, ana tsayayya da ita, ana jinkirta ta, ana rungumarta, kuma a ƙarshe waɗanda suka zaɓi kada su juya baya suka ci gaba da tafiyar.
Yanzu kuma, kana tsaye a ƙarshen abin da aka rubuta.
Amma ba a ƙarshen abin da ya fara ba.
Domin abin da aka ƙirƙira a cikinka bai ƙare a nan ba.
Yana ci gaba.
A hankali. Kullum.
Da gangan.

Ba a lokutan ban mamaki ba,
amma a cikin zaɓuɓɓukan yau da kullun.
Ba a cikin sanarwar da ake gani ba,
amma a cikin tsare-tsare masu dorewa.
Za ka koma ga rayuwar yau da kullum.
Zuwa wuraren da aka saba.
Nauyin da aka saba. Matsi da aka saba.
Amma ba za ka dawo kamar yadda kake ba.
Domin wani abu ya canza.
Yanzu ka ga abin da ka taɓa mantawa da shi.
Yanzu ka gane abin da ka taɓa mantawa da shi. Yanzu ka mayar da martani inda ka taɓa jinkirtawa.
Kuma a nan ne ainihin tafiyar ta tabbatar da kanta.
Ba a kammala ba,
amma a ci gaba.
Mahajjacin Bunyan ya isa ƙofar.
Amma ba wai kawai an gano ma'anar tafiyarsa ba ne a lokacin isowarsa.
An gano hakan ne a **yadda ya yi tafiya zuwa can** .
Kuma yanzu, wannan tambayar tana tare da kai:
Ta yaya za ka yi tafiya—yanzu da ka san hanyar?
Domin kuwa kunkuntar hanyar ba ta ɓacewa lokacin da littafin ya rufe.
Ya rage.
A cikin shawarwarinka.
A cikin fannonin da kake da su. A cikin alkiblarka.
Za a ci gaba da samun abubuwan da za su raba hankali.
Za a ci gaba da samun muryoyi.
Har yanzu akwai lokutan da tsofaffin alamu ke ƙoƙarin dawowa cikin nutsuwa.
Amma ba ka sake sani ba.
Kuma wayar da kan jama'a yana da alhakin.
Kun ga nauyin.
Kun ji tashin hankalin. Kun yi aiki da ladabi. Kun jure wa wannan tsari.
Yanzu dole ne ka **ci gaba** .
Ba wai don ana yi maka jagora ta shafuka ba.

Amma saboda an rubuta hanyar a cikin ku.
Saboda haka, kalmar ƙarshe ba umarni ba ce.
Sanin kai ne.
Ba wai kawai kai mai karanta tafiyar ba ne.
Yanzu kai ne **mai ɗaukar nauyin hakan** .
Karanta a hankali.
Yi tafiya a hankali. Ci gaba da gangan.
Duniya har yanzu tana kallo.
Kuma rayuwarka—ko da ka yi niyya ko ba ka yi ba—
har yanzu ana karanta ta.

KIRA ZUWA AIKI

Hadin gwiwa don Girbi

Yayin da kake rufe wannan littafin, muna gayyatarka ka ci gaba da tafiyar mataki ɗaya gaba—ba kawai a rayuwarka ba, har ma da rayuwar rayuka marasa adadi a faɗin al'ummai. Idan saƙonnin da ke fitowa daga God's Eagle Ministries (GEM) sun ƙarfafa, sun farka, ko kuma sun gyara zuciyarka, muna roƙonka da ka yi la'akari da **yin tarayya da mu cikin addu'a domin amfanin girbi** . Duniya tana jin yunwar gaskiya, bege, da kuma muryar Ruhu Mai Tsarki mai laushi amma ba tare da kuskure ba, kuma tare za mu iya sanya waɗannan saƙonnin a inda ake buƙatarsu sosai.
tashar ruhaniya ce da aka jefa cikin ƙasashe, ƙauyuka, birane, da wurare ɓoyayye. Ta hanyar fim, bidiyo, rediyo, da hidimar dijital, GEM tana isa ga mutanen da ba za su taɓa shiga coci ba, amma waɗanda zukatansu a buɗe suke don su haɗu da Kristi mai rai.

Hadin gwiwar ku yana taimaka mana:

1. Shirya Fim da Bidiyo Masu Cike da Ruhi
Labarai da koyarwa da ke warkarwa, wahayi, da kuma bayyana ƙaunar Yesu ta hanyoyi bayyanannu, masu alaƙa, masu canza rayuwa.

2. Yaɗa Bishara a Rediyo
Ɗauki Kalmar Allah zuwa gidajen yari, asibitoci, al'ummomin karkara, da wurare da ba a iya isa ga intanet ba—inda bege ba shi da yawa kuma gaskiya tana da daraja.

3. Faɗaɗa Yaƙin Neman Koyarwa da Almajiranci a Kafafen Sadarwa na Zamani

Ibada ta yau da kullum, addu'o'i, da koyarwa da ke ƙarfafa masu bi, suna maido da iyalai, da kuma samar wa almajirai kayan aiki a duk duniya.

Dalilin da Yasa Tallafinku Yake Da Muhimmanci

Kowace saƙo da aka fitar ta zama iri na haske.
Kowace koyarwa ta zama ruwan canji. Kowace aikin karimci ta zama wani ɓangare na girbin Allah na duniya.
Bayar da gudummawarku tana taimaka wa wannan hidima ta isa ga rayukan da ba za mu taɓa haɗuwa da su a duniya ba, amma tabbas za mu hadu a har abada. Babu wani adadi mai ƙayyadadden adadi - bayar da shi ne kawai yayin da Ubangiji ke jagorantar ku. Kowace kyauta, babba ko ƙarama, tana taka rawa wajen ci gaban Mulkin.

Don Abokin Hulɗa ko Bayarwa:
PayPal:
https://www.paypal.com/ncp/payment/D6NEFW56KG8LU
Tithe.ly:
https://tithe.ly/give?c=308311

Flutterwave -
https://flutterwave.com/donate/bbkpkokehxlw

Duk Hanyoyin Ba da Gudummawa:
https://www.otakada.org/partnership-giving
Na gode da tsayawa tare da mu.
Na gode da shuka har zuwa girbi. Na gode da taimaka mana mu isar da saƙon Kristi ga al'ummai.
Ubangiji ya albarkace ku da yalwa, ya ƙara muku yalwa, ya kuma ninka kowace iri da kuka shuka domin ɗaukakarsa.
Cikin sunan Yesu mai girma, Amin.

—Ambasada Monday O. Ogbe, Zacharias Godseagle; Comfort Ladi Ogbe
, Wanda ya kafa God's Eagle Ministries (GEM)
www.otakada.org

Yadda Ake Haihuwa Mako da Fara Sabuwar Rayuwa tare da Kristi

Wataƙila ka taɓa tafiya tare da Yesu a da, ko kuma wataƙila ka taɓa haɗuwa da Shi a cikin waɗannan kwanaki 40. Amma a yanzu, wani abu a cikinka yana motsawa.
Ka shirya fiye da addini.
Ka shirya don **dangantaka** .
Ka shirya ka ce, "Yesu, ina buƙatar ka."
Ga gaskiyar magana:
"Gama kowa ya yi zunubi; dukanmu mun kasa ga mizanin ɗaukakar Allah... duk da haka Allah, cikin alherinsa, ya sa mu zama daidai a gabansa."
- Romawa 3:23-24 (NLT)
Ba za ka iya samun ceto ba.
Ba za ka iya gyara kanka ba. Amma Yesu ya riga ya biya cikakken kuɗin — kuma yana jiran ya yi maka maraba da gida.
Yadda Ake Haihuwa Sake
Mayar da haihuwa yana nufin miƙa rayuwarka ga Yesu — karɓar gafararsa, gaskatawa cewa ya mutu kuma ya tashi, da kuma karɓarsa a matsayin Ubangijinka da Mai Cetonka.
Yana da sauƙi. Yana da ƙarfi. Yana canza komai.
Yi Addu'a da Babban Iko:
"Ya Ubangiji Yesu, na yi imani kai Ɗan Allah ne. Na yi imani ka mutu saboda zunubaina kuma ka tashi kuma. Na furta cewa na yi zunubi kuma ina buƙatar gafararka. A yau, na tuba kuma na juya daga tsoffin hanyoyina. Ina gayyatarka cikin rayuwata ka zama Ubangijina da Mai Cetona. Ka wanke ni da tsabta. Ka

cika ni da Ruhunka. Ina shelar cewa an sake haihuwata, an gafarta mini, kuma an 'yanta ni. Daga yau zuwa gaba, zan bi ka - kuma zan rayu cikin sawunka. Na gode maka da ka cece ni. Cikin sunan Yesu, amin."

Matakai na Gaba Bayan Ceto

1. **Faɗa wa Wani** – Raba shawararka ga wani mai imani da ka amince da shi.
2. **Nemo Cocin da ke da Littafi Mai Tsarki** - Shiga cikin al'umma da ke koyar da Kalmar Allah kuma tana rayuwa da ita. Ziyarci hidimar Allah ta Eagle ta yanar gizo ta https://www.otakada.org ko https://chat.whatsapp.com/H67spSun32DDTma8TLh0ov
3. **Yi Baftisma** - Ɗauki mataki na gaba a bainar jama'a don bayyana imaninka.
4. **Karanta Littafi Mai Tsarki Kullum** - Fara da Linjilar Yohanna.
5. **Addu'a Kowace Rana** - Yi Magana da Allah a matsayin aboki kuma Uba.
6. **Ku Kasance Masu Hadi** - Ku kewaye kanku da mutanen da ke ƙarfafa muku sabon tafiya.
7. **Fara Tsarin almajiranci a cikin al'umma** - Kirkiri dangantaka ɗaya bayan ɗaya da Yesu Kiristi ta wadannan hanyoyin hadin yanar gizo

Ɗaliban kwana 40 1 - https://www.otakada.org/get-free-40-days-online-discipleship-course-in-a-journey-with-jesus/
Almajirai 40 2 - https://www.otakada.org/get-free-40-days-dna-of-discipleship-journey-with-jesus-series-2/

Lokacin Cetona
Kwanan wata : ______________________

Sa hannu : ______________________
"Idan kowa yana cikin Almasihu, sabuwar halitta ce; tsohuwar ta shude, sabuwar ta zo!"
- 2 Korintiyawa 5:17

Takardar Shaidar Sabuwar Rai Cikin Almasihu

Sanarwa ta Ceto - Haihuwa ta Mako ta Alheri
Wannan yana tabbatar da cewa

____

_
(Cikakken suna)
ya bayyana a fili **bangaskiya ga Yesu Kiristi**
a matsayin Ubangiji da Mai Ceto kuma ya karɓi kyautar ceto kyauta ta wurin mutuwarsa da tashinsa daga matattu.
"Idan ka furta a fili cewa Yesu Ubangiji ne, ka kuma gaskata a zuciyarka cewa Allah ya tashe shi daga matattu, za ka sami ceto."
- Romawa 10:9 (NLT)

A wannan rana, aljanna tana farin ciki kuma sabuwar tafiya ta fara.

Ranar Hukuncin : ______________________________

Sa hannu : ______________________________________

Sanarwa ta Ceto
"A yau, na mika rayuwata ga Yesu Kiristi.
Na yi imani Ya mutu saboda zunubana kuma Ya tashi. Na karɓe Shi a matsayin Ubangijina da Mai Cetona. An gafarta mini, an sake haife ni, kuma an sake yin sabo. Daga wannan lokacin zuwa gaba, zan yi tafiya a cikin sawunsa."
Barka da zuwa ga Iyalan Allah!
An rubuta sunanka a cikin Littafin Rai na 'Dan Rago.
Labarinka ya fara ne kawai — kuma har abada ne.

HADAWA DA HIDIMAR ALLAH TA EGLE

- Yanar Gizo: www.otakada.org
- Jerin Arziki Bayan Damuwa: www.wealthbeyondworryseries.com
- Imel: ambassador@otakada.org

- **Taimaka wa wannan aikin:**

Tallafawa ayyukan masarauta, ayyukan mishan, da albarkatun duniya kyauta ta hanyar bayar da gudummawa bisa ga alkawurra.

Duba lambar QR don bayarwa

https://tithe.ly/give?c=308311

Karimcinku yana taimaka mana mu isa ga ƙarin rayuka, fassara albarkatu, tallafa wa masu wa'azi, da kuma gina tsarin almajiranci a duk duniya. Na gode!

Tarihin Marubuci

Zakariya Godseagle
Marubuci • Malami • Shugaban Masu Hankali
Zakariya Godseagle malami ne mai himma na Kalmar kuma murya mai fahimta ga Jikin Kristi. Da yake ɗauke da alheri na musamman don fahimtar ruhaniya, Zakariya yana hidima da haske, zurfin annabci, da kuma sha'awar da ke ƙona zuciya don ganin masu bi suna tafiya cikin tsarki, ibada, da kuma mika wuya ga Kristi na gaske.
A matsayinsa na abokin aiki a cikin aikin God's Eagle Ministries (GEM), yana taka muhimmiyar rawa wajen tsara abubuwan da suka shafi almajiranci, hasken littafi mai tsarki, da kuma isar da saƙo ta hanyar kafofin watsa labarai waɗanda suka shafi rayuwa a faɗin iyakokin dijital da na zahiri. Rubuce-rubucensa sun mayar da hankali kan sauye-sauye na ciki, biyayya, da kuma dawo da Kristi kan karagar zuciyar mai bi.
Zakhariya yana da ƙarfin gwiwa ta hanyar imani mai sauƙi:
idan zuciya ta daidaita, ƙaddara za ta daidaita.
Yana ci gaba da isa ga masu sauraro a duk duniya ta hanyar koyarwa, jagoranci, da ayyukan kirkire-kirkire masu cike da Ruhu.

Ambasada Monday O. Ogbe

Mawallafi • Mai Sadarwa na Mishan • Wanda ya kafa, God's Eagle Ministries (GEM)
Ambasada Monday Oreojo Ogwuojo Ogbe shine wanda ya kafa **God's Eagle Ministries (GEM)** - wani aiki na duniya wanda ke da umarnin "haɗa mutane da Allah ta hanyar Kalmarsa." An san shi da sha'awarsa ga gaskiya, bayar da labarai masu motsin rai, da koyarwar annabci, yana hidima a faɗin ƙasashe ta hanyar rubutu, watsa shirye-shirye, yin fina-finai, wa'azin dijital, da kuma almajirantarwa.

Da yake da gogewa a fannin shugabanci, kafofin watsa labarai, da kuma ayyuka, Ambasada Monday yana ɗauke da wani tsari na musamman na al'adu daban-daban wanda ke tasiri daga Afirka zuwa Asiya, Amurka, Turai, da Gabas ta Tsakiya. Koyarwarsa tana fuskantar yaƙe-yaƙe na ɓoye na zuciyar mai bi—kwadayi, gwagwarmayar asali, gamsuwa ta ruhaniya, da kuma raguwar kusanci da Allah.

Shi ne marubucin addu'o'i da yawa, jerin littattafai, da koyarwar multimedia waɗanda suka isa ga miliyoyin mutane ta hanyar otakada.org da dandamalin dijital na GEM.

Saƙon rayuwarsa mai sauƙi ne amma mai zurfi:

"Lokacin da Kristi ya zauna a tsakiya, komai yana ɗaukar matsayinsa na gaskiya."

Comfort Ladi Ogbe

Marubuci • Mai Ceto • Abokin Aiki a Ma'aikatar

Comfort Ladi Ogbe marubuciya ce, mai roƙo, kuma mai aiki tare a cikin aikin Mulkin Allah na Ayyukan God's Eagle. Tana da baiwar tausayi, fahimta, da kuma ruhin kulawa, tana kawo zurfin motsin rai da tushe na ruhaniya ga kowane aiki da ta taɓa.

Gudummawarta—sau da yawa a bayan fage—suna ɗauke da ƙamshin tawali'u, hikima, da warkarwa. Masu hidima masu ta'aziyya ta hanyar ba da shawara, addu'a, almajiranci, da haɗin gwiwa na ƙirƙira, musamman a cikin ayyukan da ke jaddada dawo da iyali, balaga ta ruhaniya, da kuma canza zuciya.

A matsayinta na marubuciya, tana rubutu daga wani wuri na rayuwa mai cike da gogewa da kuma imani na ruhaniya, tana ba wa masu karatu haske, ta'aziyya, da ƙarfafa gwiwa don su bi cikakken tsari cikin Almasihu.

Jin daɗi yana da niyyar taimaka wa masu bi su fuskanci Allah ba kawai a cikin ilimi ba, har ma a cikin rayuwar yau da kullun—inda zuciya ke koyon amincewa, mika wuya, da kuma bunƙasa.

Shafin Marubuci:
https://www.amazon.com/stores/Zacharias-Godseagle/author/B0FCZ89D4K

Shafi na A

Tsarin Addu'ar Dabaru na Minti 60

Dole ne a yi amfani da wannan tsari kowace rana - ba lokaci-lokaci ba.

Minti 30 — Bauta

Mayar da hankali kan wanene Allah kawai:

- Tsarkinsa
- Ikonsa na mallaka
- Rahamarsa
- Adalcinsa
- Ikonsa
- Amincinsa

Babu bukata.
Babu bukata. Sai girmamawa.

Minti 10 — Bayyana Ikonsa

Yi shela da baki:

- Allah ne ke mulkin rayuwata.
- Allah yana mulkin iyalina.
- Allah ya yi min jagoranci.
- Allah yana mulkin muhallina.
- Allah yana mulkin al'ummata.

Ana ƙarfafa iko ta hanyar ayyanawa.

Minti 10 - Tuba

Duba:

- Halin
- Jawabi
- Dalilai
- Yarjejeniyar ɓoyayyiya
- Kasala ta ruhaniya

Yi ikirari musamman.

Minti 10 — Dokokin Da Suka Yi Daidai Da Mulkin

Bayyana daidaito bisa ga Littafi Mai Tsarki:

- Ina tafiya cikin tsarki.
- Ina rayuwa mai tsari.
- Ina jurewa da aminci.
- Ina cika aikin.
- Na ƙi ja da baya.

Kada ka zartar da burin son kai.
Ka yi daidai da Nassosi.

Shafi na B

Jagorar Sake Tsarin Horarwa na Kwanaki 7

Na tsawon kwanaki bakwai a jere:

1. Sa'a ɗaya ba tare da katsewa ba na addu'a mai tsari kowace rana.
2. Karanta Linjila ɗaya gaba ɗaya.
3. Binciken daidaito na dare.
4. Babu tsegumi, gunaguni, ko ƙari.
5. Aƙalla azumi ɗaya da gangan.
6. Rage hayaniyar dijital.
7. Duba lissafin kuɗi na yau da kullun.

Kwanaki bakwai suka sake gina hankali.

Shafi na C

Samfurin Alkawari Mai Aminci Na Kai

Rubuta wannan da hannunka.

ALKAWARIN KARIYA NA KAI

Ni, ______________________________,
ina bayyana cikakken amincina ga Yesu Kiristi.
Na yi watsi da rashin biyayya da aka raba.
Na ƙi sulhun ɓoye. Na sadaukar da kaina ga tsarki a rayuwa ta sirri da ta jama'a. Na sadaukar da kaina ga addu'a mai ladabi. Na sadaukar da kaina ga aminci mai ɗorewa. Na karɓi aikina na allahntaka. Na ƙi ja da baya.
Na rufe wannan alkawari a gaban Allah.
An Sa Hannu: ____________
Kwanan Wata: ____________

ALBARKA TA KARSHE TA MAKIYANCI

Allah ya sa amincinka ya kasance mai ƙarfi.
Allah ya sa horonka ya kasance mai daidaito. Allah ya kiyaye makomarka. Allah ya sa juriyarka ta wuce ƙarfinka. Allah ya cika maka aikinka. Allah ya sa babu harsashi, babu cin amana, babu takaici, babu munafunci, ko kuma wani radadin dawowa ya ja ka baya.
Allah ya sa ka gama tserenka.
Allah ya yi muku albarka.
Gaba kawai.

LITTAFAI DA ALBARKAR DA AKA SHAWARA

Tsayuwa A Cikin Tazara Ga Al'ummai

Wuraren Addu'o'i 320 Masu Dabaru Don Tuddai Bakwai Masu Tasiri

Kallo na Kwanaki 40 na Addu'a ga Coci, Shugabanni, da Kafa Mulkin Allah a cikin Al'ummai

Tattara Masu Ceto Miliyan 10 don Jerin Kungiyoyin Duniya | 2

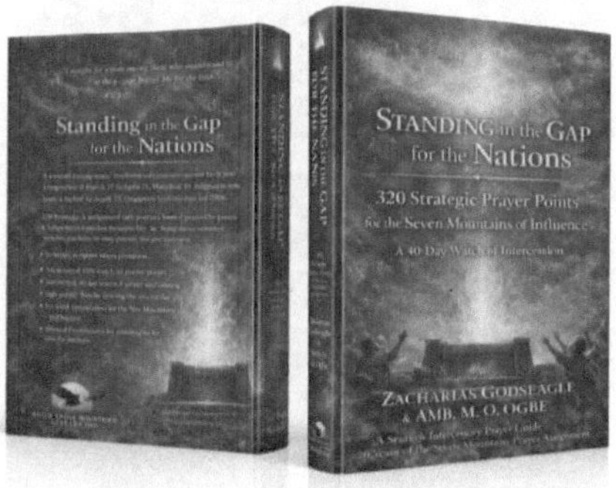

Shagon E-littafi na Otakada.org - https://shop.otakada.org/product/standing-in-the-gap-for-the-nations-320-strategic-prayer-points-for-the-seven-mountains-of-influence-ebook/

Littafin Amazon na tsaye a kan gap -
https://www.amazon.com/Standing-Gap-Nations-Strategic-Intercession-ebook/dp/B0GS42JJ1J

Takardun takarda da murfin Amazon -
https://www.amazon.com/Standing-Gap-Nations-Intercession-Intercessors/dp/B0GS6N511B

https://www.amazon.com/Standing-Gap-Nations-Intercession-Intercessors/dp/B0GS6FMM7P

Tsaye a Gap Ingramspark -
https://shop.ingramspark.com/b/084?params=NLsIsZZ6luaCjpZtgBrYrAkx0Xwf0SdP7V8HwTCpKqp

Na Ga Wuta Daga Sama
Daga Jihadi zuwa Yesu - Mubaya'a a Karkashin Wuta

Wasiku Masu Rai - Jerin Ibada na Kwanaki 40 | Littafi na 3

Hanyoyin Haɗi na Littattafan E-Book – https://shop.otakada.org/product/i-saw-fire-from-heaven-from-jihad-to-jesus-allegiance-under-fire-prophet-isa-el-buba-in-epub/

Haɗin Amazon Ebook https://www.amazon.com/Saw-Fire-Heaven-Allegiance-Devotional-ebook/dp/B0GP9TGL2D

Na Ga Wuta Daga Sama A Ingramspark -
https://shop.ingramspark.com/b/084?params=A1wptn8KXRFQanJBof1snSPoI6BqEOobmDhMk42aLIM

Na ga Wuta a Otakada.org -
https://shop.otakada.org/product/i-saw-fire-from-heaven-from-jihad-to-jesus-allegiance-under-fire-prophet-isa-el-buba-in-epub/

Yi min scanning -

CS Lewis (1898-1963) - Kiristanci Kawai, Rayuwa Cikakke: Daga Tunani Mai Rage Hankali zuwa Rayuwa Mai Canzawa (Wasiku Masu Rai - Jerin Ibada na Kwanaki 40 | Littafi na 2)

Littafin lantarki (eBook)

https://shop.otakada.org/product/new-book-release-cs-lewis-1898-1963-mere-christianity-fully-lived-from-a-reluctant-mind-to-a-transformed-life-living-epistles-40-day-devotional-seriesbook-book-2-ebook/

Mujallar Ingramspark - https://shop.ingramspark.com/b/084?params=OJgtJv5h6lnwHQMGxVIqzD4cQokNdZ74yOERLGjnsmL

Barnes and Noble mai kauri da kuma littafin ebook https://www.barnesandnoble.com/w/cs-lewis-cs-lewis/1149411451?ean=9798295609619

ST. AUGUSTINE NA HIPPO (354–430 AD)

Daga Zuciya Mai Natsuwa Zuwa Rayuwa Mai Rubutu - Wasiku Masu Rai - Jerin Ibada na Kwanaki 40 - 1

Hadin Amazon Ebook - https://www.amazon.com/ST-AUGUSTINE-HIPPO-354-430-Devotional-ebook/dp/B0GJN8N9XS

Hanyar yin oda ta Amazon Paperback - https://www.amazon.com/St-Augustine-Hippo-354-430-Devotional/dp/B0GJWTVLR6

Haɗin Ingramspark Paperback -
https://shop.ingramspark.com/b/084?params=BZOO
W3dj93aGEtBL2Fv1VY8wV1OQvA10dtZRDgk7Z9Z

YI DUBAN NI

SABUNTARWA 7
Warkar da Zuciyar Gidanku Cikin Kwanaki 7
Jerin Sabuntawa - Buga Haɗin Kan Iyali

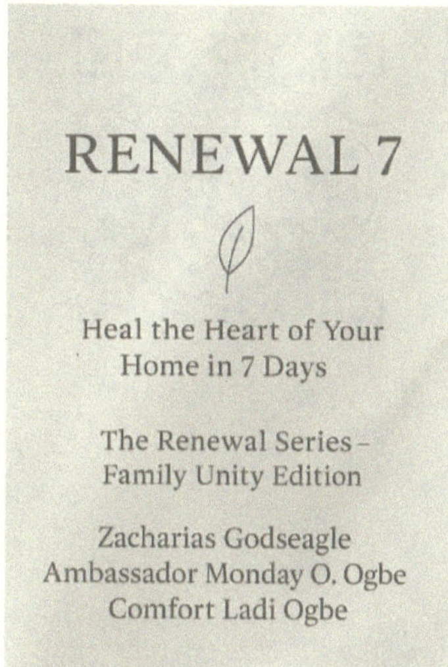

Hadi zuwa Takardar Bayani ta Littafin -
https://shop.ingramspark.com/b/084?params=htyfL002e1JzyEpZWkKtaXWF5FJ1jZFOjgiQKEfcbnw

Hadi zuwa Shafin Amazon Paperback -
https://www.amazon.com/RENEWAL-Heal-Heart-Your-Renewal/dp/B0GD92153W

Hadi zuwa Amazon Ebook -

https://www.amazon.com/RENEWAL-Heal-Heart-Your-Renewal-ebook/dp/B0G91BMFND

YI DUBAN NI –

Sabuntawa ta 7: Warkar da Zuciyar Gidanka cikin Kwanaki 7

Jerin Sabuntawa — Buga Hadin Kan Iyali

Hanya zuwa Paperback -
https://shop.ingramspark.com/b/084?params=nSEELv9oUsItOu5akVZlg4ycGbbmvlBOtSiqeOZr5yQ

Hadi zuwa ga takarda ta Amazon -
https://www.amazon.com/RENEWAL-MARRIAGE-Heart-Marriage-Renewal/dp/B0GDC1YZJ7

Hadi zuwa Amazon Ebook -
https://www.amazon.com/RENEWAL-MARRIAGE-Heart-Marriage-Renewal-ebook/dp/B0G6JXJWJL

Al'arshin zuciya – Yaƙe-yaƙe 12 da dole ne mu ci

Amazon ebook -
https://www.amazon.com/THRONE-HEART-COVETOUSNESS-Counterfeit-CONTENTMENT-ebook/dp/B0G4SPFRY7

Takardar takarda ta Amazon -
https://www.amazon.com/THRONE-HEART-COVETOUSNESS-Counterfeit-CONTENTMENT/dp/B0G4TKW1ND

Takarda daga Ingramspark -
https://shop.ingramspark.com/b/084?params=a75LJXtvvI63VnzeQPleQTkAJWfu8CPQV6l5Oe31D80

Wa'azi 4 cikin 1 daga Zacharias Godseagle tare da haɗin sauti -

Haɗin Amazon Ebook - https://www.amazon.com/Sermons-Zacharias-Godseagle-Audio-links-ebook/dp/B0G4XCH4TW

Takardar takarda ta Amazon -
https://www.amazon.com/Sermons-Zacharias-Godseagle-Audio-links/dp/B0G4TK4XGT

Takardar hadin Ingram mai ɗauke da takardu -
https://shop.ingramspark.com/b/084?params=nK2JERskkbhdAOSNseTUNRhaCFqUPZuhB4uYfqrXvGb

THE LOGOS PROTOCOL SERIES | 1
PILGRIM CODE
AI AWAKENING
A prophetic sci-fi thriller where faith collides with artificial intelligence, and light wars against the code.
ZACHARIAS GODSEAGLE
AMBASSADOR MONDAY O. OGBE
COMFORT LADI OGBE

Littafin e-littafi - https://www.amazon.com/Logos-Protocol-Awakening-artificial-intelligence-ebook/dp/B0FXNQFSWZ

Takarda - https://www.amazon.com/Logos-Protocol-Awakening-artificial-intelligence/dp/B0FXNGR66D

Hardback - https://www.amazon.com/Logos-Protocol-Awakening-artificial-intelligence/dp/B0FZNTQR6Y

Takardar Bayani ta Ingramspark - https://shop.ingramspark.com/b/084?params=QkK4aNYTYO9U5z9uOkdHgc7Ue1eGDLqbb1tz9WRPaSk

Dalilin da Yasa Ceto Ya Kasa - da kuma Yadda Wutar Allah Ke Mayar da Rai: Sanarwa 40 na Kullum Don Ceto Gabaɗaya

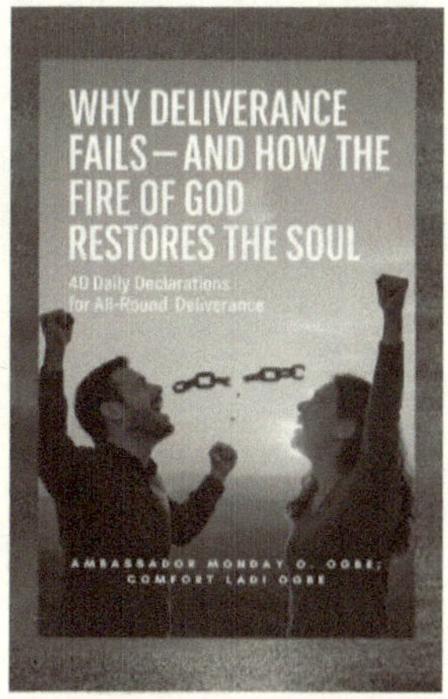

Littafin E-littafi - https://www.amazon.com/Why-Deliverance-Fails-Declarations-All-Round-ebook/dp/B0FW74L4G4

Takarda - https://www.amazon.com/Why-Deliverance-Fails-Declarations-All-Round/dp/B0FWB3LXRM

An Cece Amma An Rasa - Mai Koyarwa Mara Almajiri - an fassara shi zuwa harsuna 25

Takarda Mai Kyau
https://shop.ingramspark.com/b/084?params=iYNB6S3PLMfREpm0jMM15bMe3BvWlkjcYyLYnHVGAds
Littafin E-littafi - https://www.amazon.com/SAVED-BUT-LOST-UNDISCIPLED-heartbreak-ebook/dp/B0FVJ29DF7

KWANA 7 NA YAKIN RUHUNCI DA MUTUWARSA
- wannan Kashi na 1 ne

Daure Maƙiyi, Mayar da Kibiyoyi Sau Bakwai, da Maido da Makomarku

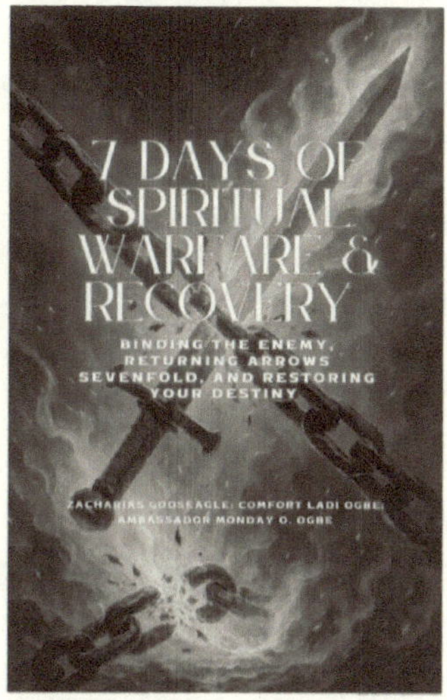

https://shop.ingramspark.com/b/084?params=8mPzqUl73Ex7uPyeO7ydyt8EGkkB6u2gX1jZvWU8j1C

Haɗin littafin e-littafi - https://www.amazon.com/DAYS-SPRITUAL-WARFARE-RECOVERY-Returning-ebook/dp/B0FMPJM5KZ

KWANA 7 NA YAKIN RUHUNCI DA MAFARKI - Kashi na 2 - Rufe Nasarar, Karya Muguntar Gida, da kuma Kiyaye Makomarku Maidowa

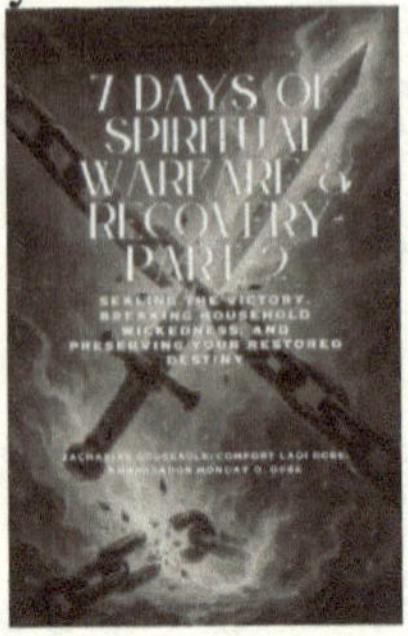

Takarda -
https://shop.ingramspark.com/b/084?params=LkpNmGSsApHhWhiSO7bW3wFmcXQKIO4ZEBeSbP5rL1S

Littafin E-littafi - https://www.amazon.com/DAYS-SPIRITUAL-WARFARE-RECOVERY-Wickedness-ebook/dp/B0FR9YCMY8

DAGA DUHU ZUWA MULKI: Kwanaki 40 Don 'Yantar Da Kai Daga Rufewar Duhu

–

Ibada ta Duniya ta Wayar da Kan Jama'a, Ceto da Iko - Ga Mutane, Iyalai, da Kasashe Masu Shirye Su Zama 'Yanci

Takarda Mai Kyau

https://shop.ingramspark.com/b/084?params=aVgp21QfwJxNANkfMxIQ0yejuFCVY12KFr978SRkZUD

Hadin Amazon -

https://www.amazon.com/DARKNESS-DOMINION-Devotional-Awareness-Deliverance-ebook/dp/B0FLDH2Y67

- *An Ceto Daga Ikon Duhu* **(Takarda)** — Saya Nan | Littafin E-littafi akan Amazon

  - **Manyan Sharhi daga Amurka:**
    - **Abokin Ciniki na Kindle** : "Mafi kyawun karatun Kirista!" (Taurari 5)

Yabo ga Yesu saboda wannan shaidar. Na sami albarka sosai kuma zan ba da shawarar kowa ya karanta wannan littafin... Gama sakamakon zunubi mutuwa ne amma baiwar Allah ita ce rai madawwami. Shalom! Shalom!

- **Da Gster** : "Wannan littafi ne mai ban sha'awa kuma mai ban mamaki." (Taurari 5)

Idan abin da aka fada a cikin littafin gaskiya ne to lallai mun yi baya sosai kan abin da makiyi zai iya yi! ... Dole ne ga duk wanda ke son koyo game da yakin ruhaniya.

- **Visa** : "Ina son wannan littafin" (Taurari 5)

Wannan abin bude ido ne... ikirari na gaskiya... Kwanan nan ina neman sa a ko'ina don in saya. Ina matukar farin cikin samun sa daga Amazon.

- **FrankJM** : "Ya bambanta sosai" (taurari 4)

Wannan littafin yana tunatar da ni yadda yakin ruhaniya yake da gaske. Hakanan yana tunatar da ni dalilin sanya "Cikakken Sulke na Allah."

- **JenJen** : "Duk wanda ke son zuwa Aljanna - karanta wannan!" (Taurari 5)

Wannan littafin ya canza rayuwata sosai. Tare da shaidar John Ramirez, zai sa ka kalli imaninka daban. Na karanta shi sau 6!

- *Tsohon Mai Son Shaidan: The James Exchange* (Paperback) — Saya Nan | Littafin eBook akan Amazon

- ***SHAIDAR WANI TSOHUWAR SHAIDAN TA AFRIKA*** - *Fasto JONAS LUKUNTU MPALA* (Takarda) — Saya Nan | Littafin eBook akan Amazon

- *Babban Exploits 14* (Takarda) — Saya Nan | Littafin e-littafi akan Amazon

- *Kaushin Shaidan* na John Ramirez — Ana samunsa a Amazon
- *Ya Zo Ya 'Yantar da Kamammunan* ta Rebecca Brown — Nemo a Amazon

Sauran littattafan da marubuci ya wallafa - Sama da taken 1000

An ƙaunace mu, an zaɓe mu kuma an yi mana cikakken bayani : Tafiya ta Kwanaki 30 daga ƙin yarda zuwa **Maidowa wadda** aka fassara zuwa harsuna 40 na duniya https://www.amazon.com/Loved-Chosen-Whole-Rejection-Restoration-ebook/dp/B0F9VSD8WL

https://shop.ingramspark.com/b/084?params=xga0WR16muFUwCoeMUBHQ6HwYjddLGpugQHb3DVa5hE

A Matsayinsa — Kalubalen Yaƙin Duniya na Kwanaki 40:
Rayuwa Kamar Yesu a Labarun Rayuwa na Gaske a Duniya

https://www.amazon.com/His-Steps-Challenge-Real-Life-Stories-ebook/dp/B0FCYTL5MG

https://shop.ingramspark.com/b/084?params=DuNTWS59IbkvSKtGFbCbEFdv3Zg0FaITUEvlK49yLzB

YESU A KOFAR:
Labarai 40 Masu Raɗawa da Gargaɗin Karshe na Sama ga Cocin Yau

https://www.amazon.com/dp/B0FDX31L9F

https://shop.ingramspark.com/b/084?params=TpdA5j8WPvw83glJ12N1B3nf8LQte2a1lIEy32bHcGg

RAYUWAR ALKAWARI: Kwanaki 40 na Tafiya Cikin Albarkar Kubawar Shari'a 28

- https://www.amazon.com/dp/B0FFJCLDB5

Labarai daga Mutane na Gaske, Biyayya ta Gaske, da kuma na Gaske

https://shop.ingramspark.com/b/084?params=bH3pzfz1zdCOLpbs7tZYJNYgGcYfU32VMz3J3a4e2Qt

Canji a cikin harsuna sama da 20

SAN ITA DA SAN SHI:
Kwanaki 40 zuwa Waraka, Fahimta, da Kauna Mai Dorewa

https://www.amazon.com/KNOWING-HER-HIM-Healing-Understanding-ebook/dp/B0FGC4V3D9

https://shop.ingramspark.com/b/084?params=vC6KCLoI7Nnum24BVmBtSme9i6k59p3oynaZOY4B9Rd

CIKAKKEN, BA A GASA BA:
Tafiya ta Kwanaki 40 zuwa ga manufa, hadin kai, da hadin gwiwa

https://shop.ingramspark.com/b/084?params=5E4v1tHgeTqOOuEtfTYUzZDzLyXLee30cqYo0Ov9941

https://www.amazon.com/COMPLETE-NOT-COMPETE-Journey-Collaboration-ebook/dp/B0FGGL1XSQ/

LAMBAR LAFIYA TA ALLAH - Maɓallai 40 na Kullum Don Inganta Waraka Ta Hanyar Kalmar Allah da Halitta Buɗe Ikon Warkarwa na Shuke-shuke, Addu'a, da Ayyukan Annabci

https://shop.ingramspark.com/b/084?params=xkZMrYcEHnrJDhe1wuHHYixZDViiArCeJ6PbNMTbTux

https://www.amazon.com/dp/B0FHJT42TK

Ana iya samun wasu littattafai a shafin marubucin
https://www.amazon.com/stores/Ambassador-Monday-O.-Ogbe/author/B07MSBPFNX

www.ingramcontent.com/pod-product-compliance
Lightning Source LLC
LaVergne TN
LVHW040415051026
849517LV00002B/316
* 9 7 9 8 2 9 5 7 5 9 8 0 2 *